Kurzgeschichten Deutsch – Suaheli
Band 2 – Wälder und Berge

Hadithi fupi Kijerumani – Kiswahili
Toleo la 2 – Misitu na milima

Sebastian Müller

AF280956

Bibliografische Information der Deutschen Nationalbibliothek:
Die Deutsche Nationalbibliothek verzeichnet diese Publikation in der
Deutschen Nationalbibliografie; detaillierte bibliografische Daten sind im
Internet über http://dnb.dnb.de abrufbar.

Herstellung und Verlag: BoD – Books on Demand, Norderstedt

ISBN: 9783759758941

VORWORT

Du möchtest Deine Kiswahili-Kenntnisse durch Lese- und Übersetzungsübungen vertiefen? Deine Muttersprache ist Kiswahili und Du planst Dein Deutsch zu verbessern? Oder Du wünschst Dir einfach schöne Geschichten um sie auf Deutsch und Kiswahili vorzulesen? Dann ist dieses Buch bestens für Dich geeignet.

Vor Dir hast Du den zweiten Band der Reihe ‚Kurzgeschichten in Deutsch und Kiswahili'. Er beinhaltet Geschichten in und rund um Wälder und Berge.

Das Buch ist speziell für das selbstständige Übersetzen und Vergleichen gestaltet. Die Geschichten sind in einfacher Sprache geschrieben. Die Sätze sind möglichst kurz gehalten. Damit werden das Lesen und das Übersetzen erleichtert. Die Texte greifen regelmäßig Teile vorheriger Geschichten auf. Vokabular kannst Du wiederholen. Gelerntes aus vorheriger Übersetzungs-arbeit kannst Du festigen.

Die einzelnen Sätze einer Geschichte sind durchnummeriert. Die jeweilige Übersetzung aus dem Deutschen in das Kiswahili bzw. aus dem Kiswahili in das Deutsche findest Du auf den sich jeweils gegenüberliegenden Seiten. So kannst Du Sätze vergleichen und hast eine 1 zu 1 Übersetzung parat. Möchtest Du eine Geschichte zunächst selbstständig übersetzen und dann vergleichen? Kein Problem – verdecke eine Seite und übersetze selbstständig. Die

Satz-Nummerierungen helfen Dir die von Dir verfasste Übersetzung anschließend mit der gelieferten Übersetzung im Buch zu vergleichen.

Mit einem Basis-Knowhow der Grammatik und einem Wörterbuch zur Hand oder einem Online-Dictionary sind auch die Vokabeln in greifbarer Nähe und es kann losgehen mit den Lernerfolgen. Viel Spaß

Sebastian Müller

INHALT

Lasst uns lesen

-

Tusome

Der gierige Holzfäller

1. Es war einmal ein Holzfäller mit dem Namen Jakob.

2. Er lebte tief im Wald.

3. Jeden Tag machte er sich auf den Weg, um Bäume zu fällen.

4. Jakob war fleißig.

5. Aber er war auch ein wenig gierig.

6. Eines Tages entdeckte Jakob einen besonderen Baum im Wald.

7. Einen so großen und schönen Baum hatte er nie zuvor gesehen.

8. Die Äste des Baumes reichten bis zum Himmel.

9. Seine Blätter hatten die schönsten Farben.

10. Sein Stamm war dicker als die Stämme aller Bäume, die Jakob bisher gesehen hatte.

11. Jakob beschloss den Baum zu fällen.

12. Er wolle mit all dem Holz viel Geld verdienen.

13. Als er seine Axt hob, hörte er plötzlich eine Stimme.

14. Der Baum sprach zu ihm:

15. "Bitte, lieber Holzfäller, verschone mich.

16. Denn ein ganz besonderer Baum bin ich.

17. Trage mich nicht aus diesem Wald.

18. Ohne mich Böses wird hier geschehen bald."

19. Jakob war überrascht, dass der Baum sprechen konnte.

Mfyeka mchoyo

1. Hapo zamani za kale kulikuwa na mfyeka aliyeitwa Yakobu.

2. Aliishi ndani ya msitu.

3. Kila siku alienda kukata miti.

4. Yakobu alikuwa hodari.

5. Lakini pia alikuwa mchoyo kidogo.

6. Siku moja, Jakob aligundua mti maalum ndani ya msitu.

7. Hakuwahi kuona mti mkubwa na mzuri kama huo hapo awali.

8. Matawi ya mti yalifikia mbinguni.

9. Majani yake yalikuwa na rangi nzuri sana.

10. Shina lake lilikuwa mnene kuliko shina za miti yote ambayo Jakobu amewahi kuiona.

11. Yakobu aliamua kukata mti huo.

12. Alitaka kupata pesa nyingi kutokana na mbao hizo.

13. Alipoinua shoka lake, ghafla alisikia sauti.

14. Mti ulimwambia:

15. "Tafadhali, mfyeka mpendwa, nihurumie.

16. Kwa sababu mimi ni mti maalum sana.

17. Usinipeleke nje ya msitu huu.

18. Bila mimi, maovu yatatokea hapa hivi karibuni."

19. Yakobu alishangazwa kuwa mti unaweza kuongea.

20. Er zögerte einen Moment.

21. Aber seine Gier überwog seine Vernunft.

22. Er ignorierte die Bitte des Baumes.

23. Er begann den Baum zu fällen.

24. Jakob schlug eine große Kerbe in den Baum.

25. Als die Kerbe groß genug war, ging Jakob auf die andere Seite des Baumes.

26. Dort schlug Jakob eine weitere große Kerbe in den Baum.

27. Der Baum rüttelte und schüttelte sich.

28. Nun wird der Baum fallen, dachte Jakob.

29. Doch nichts geschah.

30. Da dachte Jakob zu sich:

31. Die Kerbe auf der anderen Seite des Baums ist noch zu klein.

32. So wird der Baum nicht fallen.

33. Da machte Jakob sich auf den Weg zur ersten Kerbe auf der anderen Seite des Baums.

34. Er ging um den Baum herum.

35. Doch er erreichte keine Stelle an der er eine Kerbe sehen konnte.

36. Da wunderte sich Jakob sehr.

37. War der Baum denn so groß gewesen?

38. Da schlug Jakob seine Axt in den Baum und sagte zu sich:

20. Alisita kwa muda.

21. Lakini tamaa yake ilizidi akili yake.

22. Alipuuza ombi la mti.

23. Akaanza kukata mti huo.

24. Yakobu alipiga kilingo kikubwa kwenye mti.

25. Baada ya kilingo kuwa kikubwa cha kutosha, Yakobu alikwenda upande mwingine wa mti.

26. Huko, Yakobu alipiga kilingo kingine kikubwa kwenye mti.

27. Mti ulitikisika na kutisika.

28. Sasa mti utaanguka, Jakobu alifikiri.

29. Lakini hakuna kitu kilichotokea.

30. Ndipo Yakobu alifikiri:

31. "Kilingo upande mwingine wa mti bado ni kidogo sana.

32. Hivyo, mti hautaanguka."

33. Ndo Yakobu alielekea kwenda kwa kilingo cha kwanza upande mwingine wa mti.

34. Alizunguka mti.

35. Lakini hakufikia sehemu ambapo aliweza kuona kilingo.

36. Yakobu alishangaa sana.

37. Je, mti ulikuwa mkubwa kiasi hicho?

38. Hapo Yakobu alipiga shoka lake kwenye mti na akasema:

39. Nun lass mich schauen wo meine Kerben sind.

40. Da ging er erneut um den Baum herum.

41. Ohne eine Kerbe zu erkennen umrundete er den Baum und erreichte seine Axt.

42. Da wunderte sich Jakob über den Baum und sprach:

43. „Nun denn, dann schlag ich dich kurz und klein, mit einer einzigen großen Kerbe allein."

44. Er zog die Axt aus dem Baum.

45. Mit viel Kraft wollte Jakob erneut in den Baum schlagen.

46. Da rüttelte und schüttelte sich der Baum und sprach ein weiteres mal:

47. „Jakob ein Narr bist Du!

48. Ein weiteres Mal schlägst Du nicht zu!

49. Aus Gier wolltest Du mich fällen.

50. Verdienen an meinen Ellen.*

51. Aber ich werde dir eine Lektion erteilen.

52. Das Schicksal eines Holzfällers ohne Holz zu fällen Dich ereilen.

53. Nun wirst du eine Weile hier ruhen.

54. Danach keinen gescheiten Hieb mehr tun. "

55. Kaum hatte der Baum ausgesprochen, schlief Jakob tief und fest.

56. Spät am nächsten Tag wachte Jakob wieder auf.

39. Sasa niangalie vilingo vyangu viko wapi.

40. Ndo akaenda kuzunguka mti tena.

41. Bila kuona kilingo hata kimoja, alizunguka mti na akafika kwenye shoka lake.

42. Hapo Yakobu alishangaa juu ya mti na akasema:

43. "Basi, basi, nitakukata vipande vipande kwa kilingo kimoja kikubwa tu."

44. Alitoa shoka lake kwenye mti.

45. Kwa nguvu nyingi, Yakobu alitaka kupiga mti tena.

46. Hapo mti ulitikisika na kusema tena:

47. "Yakobu, wewe ni mpumbavu!

48. Hutarudia kupiga shoka lako tena!

49. Kwa uchoyo ulitaka kunikata.

50. Ulitaka kupata pesa kutokana na mbao yangu.*

51. Lakini nitakupa somo.

52. Hatima yako itakuwa kuwa mfyeka asiyekata miti."

53. Sasa utapumzika hapa kwa muda.

54. Baada ya hapo hutaweza kupiga shoka kwa ustadi tena."

55. Mara tu mti uliposema hayo, Yakobu alilala fofofo.

56. Siku iliyofuata, Yakobu aliamka mchana.

57. Da dachte Jakob er hätte schlecht geträumt.

58. Ausgeruht vom langen Schlaf, wollte Jakob seine Arbeit neu beginnen.

59. Er versuchte, seine Axt hochzuheben, aber sie war plötzlich zu schwer für ihn.

60. Seine Hände waren schwach und zitterten.

61. Von diesem Tag an konnte Jakob keine Bäume mehr fällen.

62. Jakob erkannte, dass seine Gier ihn dazu gebracht hatte, einen Fehler zu begehen.

63. Er bereute, dass er den besonderen Baum fällen wollte.

64. So kehrte er in den Wald und zu dem besonderen Baum zurück.

65. Er bat den Baum um Verzeihung.

66. Da sprach der Baum:

67. „Jakob, nie wieder fällen wirst Du einen Baum.

68. Damit gehalten wird Deine Gier in Zaum.

69. Doch helfen möchte ich Dir, weil es Dich gereut.

70. Im Wald ich für Dich jeden Tag hab Äste gestreut.

71. Statt die Axt zu heben, musst Du nun viel Laufen.

72. Gut wir es Dir tun, denn so kannst Du Holz auf dem Markt verkaufen."

73. Jakob dankte dem Baum und sammelte Tag um Tag Holz.

74. Glücklich lebte er so bis ans Ende seiner Tage.

57. Ndo Yakobu alidhani ameota ndoto mbaya.

58. Akiwa amepumzika kutokana na usingizi mrefu, Yakobu alitaka kuanza kazi yake tena.

59. Aljaribu kuinua shoka lake, lakini ghafla lilikuwa zito sana kwake yeye.

60. Mikono yake ilikuwa dhaifu na ilitetemeka.

61. Tangu siku hiyo, Yakobu hakuweza tena kukata miti.

62. Yakobu alitambua kuwa uchoyo wake ulimfanyia afanye kosa.

63. Alisikitika kwamba alitaka kukata mti maalum.

64. Basi akarudi msituni na kwenye huo mti maalum.

65. Aliomba msamaha kwa mti huo.

66. Hapo mti ukasema:

67. "Yakobu, hutakata hata mti moja tena daima.

68. Hii itazuia uchoyo wako.

69. Lakini ninataka kukusaidia kwa sababu umesikitika.

70. Kila siku msituni nitaacha matawi kwa ajili yako.

71. Badala ya kuinua shoka, sasa inakubidi kutembea sana.

72. Itakusaidia vizuri, kwa sababu utaweza kuuza mbao sokoni."

73. Yakobu alimshukuru mti na akakusanya mbao siku baada ya siku.

74. Alikuwa anaishi kwa furaha hadi mwisho wa siku zake.

Die fleißigen Ameisen und die kleine Maus

1. Es war einmal ein Wald in einem fernen Land.

2. In diesem Wald lebten fleißige Ameisen.

3. Sie lebten in einem großen Ameisenhügel.

4. Den Ameisenhügel hatten sie selbst über lange Zeit gebaut.

5. In dem Ameisenhügel lebten viele unterschiedliche Ameisen.

6. Die einen beschäftigten sich damit, den Ameisenhügel weiter zu bauen und zu reparieren.

7. Die Anderen kümmerten sich um den Nachwuchs.

8. Wieder Andere bewachten den Ameisenhügel und schützen ihn vor Feinden.

9. Andere Ameisen sammelten und lagerten die Nahrung.

10. Jeden Tag verließen einige dieser Ameisen den Ameisenhügel.

11. Sie durchquerten den Wald und sammelten Essbares.

12. Wenn sie etwas Nahrung gefunden hatten, fraßen sie nur eine kleine Menge.

13. Den Rest brachten sie zu ihrem Ameisenhügel.

14. Die Ameisen im Hügel fraßen ebenfalls nur einen kleinen Teil der Nahrung.

15. Den Rest lagerten die Ameisen.

16. Sie legten einen Vorrat an.

17. Denn jedes Jahr gab es eine Zeit in der war es sehr kalt.

Chungu hodari na panya mdogo

1. Hapo zamani za kale kulikwa na msitu katika nchi ya mbali.

2. Katika msitu huu, kulikuwa na chungu wenye bidii.

3. Walikuwa wakiishi katika kichunguu kikubwa.

4. Walijenga kichunguu hicho wenyewe kwa muda mrefu.

5. Ndani ya kichunguu hicho, kulikuwa na chungu wengi tofauti.

6. Baadhi wao walijishughulisha na ujenzi na ukarabati wa kichunguu.

7. Wengine walihusika na kuangalia vijana.

8. Wengine walilinda kichunguu na kukilinda dhidi ya maadui.

9. Chungu wengine walikusanya na kuhifadhi chakula.

10. Kila siku, baadhi ya chungu hao walitoka kichunguuni.

11. Walipitia msituni na kukusanya chakula.

12. Walipopata chakula, walikula kiasi kidogo tu.

13. Kilichobaki walipeleka kichunguuni kwao.

14. Chungu waliokuwa kichunguuni pia walikula kipande kidogo tu cha chakula.

15. Kilichobaki chungu walihifadhi.

16. Walijenga akiba.

17. Kwa kuwa kila mwaka huwa na wakati wa baridi sana.

18. Es wurde für gewöhnlich so kalt, dass Schnee fiel und der Fluss zu Eis gefror.

19. Es war für gewöhnlich so kalt, dass die Ameisen den Ameisenhügel nicht verlassen konnten.

20. Selbst im Ameisenhügel war den Ameisen sehr, sehr kalt.

21. Im ganzen Wald war nichts Essbares zu finden.

22. So arbeiteten die Ameisen hart.

23. Sie waren stolz auf ihre Disziplin.

24. In ihrer Nähe lebte eine kleine Maus namens Momo.

25. Sie verbrachte ihre Tage damit im Fluss zu baden.

26. Immer wenn sie im Fluss schwamm, dachte sie sich ein neues Lied aus und sang mit lauter Stimme.

27. Wenn sie nicht im Fluss schwamm, legte sie sich in das Gras.

28. Dort schaute sie in den Himmel und dachte sich Geschichten aus.

29. Jedes mal wenn sie die Ameisen sah, lachte sie über die Ameisen.

30. Momo fand es lustig, wie sich die Ameisen abmühten.

31. Momo dachte sich, ach wie viel besser er es hatte.

32. Da sprach Momo zu den Ameisen:

33. „Liebe Ameisen, ihr arbeitet Tag ein Tag aus.

34. Rennt hin und her, von A nach B und dann rasch nach Haus.

18. Huwa baridi sana hivi kwamba kulikuwa na theluji na mto uliganda kuwa barafu.

19. Huwa baridi sana hivi kwamba chungu hawakuweza kuondoka kichunguuni.

20. Hata ndani ya kichunguu, chungu huwa na baridi sana, sana.

21. Msituni mzima hakupatikana chakula chochote.

22. Hivyo, chungu walifanya kazi kwa bidii.

23. Walijivunia kwa nidhamu yao.

24. Karibu nao aliishi panya mdogo aliyeitwa Momo.

25. Alitumia siku zake kwa kuogelea mtoni.

26. Kila alipoogelea mtoni, alitunga wimbo mpya na kuimba kwa sauti kubwa.

27. Wakati hakuogelea mtoni, alijilaza kwenye nyasi.

28. Huko alitazama angani na kutunga hadithi.

29. Kila alipowaona chungu, aliwacheka chungu.

30. Momo aliona ni kicheko jinsi chungu walivyofanya kazi kwa bidii.

31. Momo alifikiria kuwa yeye alikuwa na maisha bora zaidi.

32. Ndipo Momo akasema kwa chungu:

33. "Wapendwa chungu, mnafanya kazi kila siku.

34. Mnazunguka, kutoka A kwenda B na kisha mnarudi nyumbani kwa haraka.

35. Schaut einmal und erfreut euch an Fluss und Wald.

36. Lässt Euch denn die Schönheit unser Heimat kalt?"

37. Doch die Ameisen hatten keine Zeit und sprachen:

38. „Zum schauen auf Fluss und Wald, dafür haben wir keine Zeit.

39. Verweilen wir und ruhen aus, ereilt uns bald sehr großes Leid!"

40. So vergingen viele Tage.

41. Oft hatte Momo im Fluss geschwommen und Lieder gesunden.

42. Oft hatte er im Gras gelegen und sich Geschichten ausgedacht.

43. Langsam wandelten sich der Wald und der Fluss.

44. Die grünen Blätter wurden erst gelb und dann rot, bald braun.

45. Wenn Wind aufkam, fielen die Blätter von den Bäumen.

46. Noch immer ging Momo im Fluss schwimmen.

47. Jeden Tag wurde das Wasser kälter.

48. Doch das störte Momo nicht.

49. Wurde ihm kalt, begann er laut zu singen und ihm wurde warm.

50. Eines Tages gab es einem Schneesturm.

51. Es wurde sehr kalt, so dass der Fluss zufror.

52. So konnte er nicht mehr schwimmen gehen.

53. Die Wiese war von Schnee bedeckt.

54. Momo konnte nirgendwo Essen finden.

35. Tazameni na furahieni mto na msitu.

36. Je, uzuri wa nyumbani kwetu hauna athari kwenu?

37. Lakini chungu hawakuwa na muda na walisema:

38. "Hatuna muda wa kutazama mto wala msitu."

39. Tukikaa na kupumzika, shida kubwa itatufikia hivi karibuni!

40. Hivyo siku nyingi zilipita.

41. Mara nyingi Momo aliogelea mtoni na kuimba nyimbo.

42. Mara nyingi alikuwa amejilaza kwenye nyasi na kutunga hadithi.

43. Polepole msitu na mto ilibadilika.

44. Majani ya kijani yalibadilisha rangi kuwa kijani, kisha nyekundu, na hatimaye kahawia.

45. Wakati upepo ulipopeperusha, majani yalipukutika kutoka mitini.

46. Momo bado aliogelea mtoni.

47. Kila siku maji yalikuwa baridi zaidi.

48. Lakini hilo halikumsumbua Momo.

49. Ikiwa alihisi baridi, alianza kuimba kwa sauti na kujiskia joto.

50. Siku moja kulitokea na dhoruba ya theluji.

51. Ilikuwa baridi sana hivi kwamba mto uliganda.

52. Hivyo hakuweza tena kwenda kuogelea.

53. Uwanja wa nyasi ulifunikwa na theluji.

54. Momo hakuweza kupata chakula popote.

55. Er wurde sehr traurig.

56. Da erinnerte er sich an die fleißigen Ameisen.

57. Die Ameisen werden Vorräte haben um mir zu helfen, hoffte er.

58. Zitternd klopfte Momo an den Eingang zum Ameisenhügel.

59. Die Ameisen waren überrascht, Momo zu sehen.

60. Er bat die Ameisen um Hilfe.

61. Keinen Tag war Momo so fleißig gewesen wie sie, erinnerten sich die Ameisen.

62. Aber sie waren auch mitfühlend.

63. Sie beschlossen Momo zu helfen.

64. Die Ameisen gaben Momo von ihren Vorräten.

65. Zum Dank sang Momo den Ameisen Lieder die er sich im Sommer ausgedacht hatte.

66. Mehr und mehr Ameisen kamen zusammen um Momo zu hören.

67. Als sie Momo näher kamen, merkten sie wie kuschelig er war.

68. Da wärmten sie sich an ihm.

69. So verbrachten Momo und die Ameisen gemeinsam den Winter.

70. Momo sang seine Lieder, erzählte Geschichten aus dem warmen Sommer und wärmte die Ameisen.

71. Und die Ameisen teilten ihr Futter mit Momo.

72. So machten sie es von nun an in jedem Jahr und waren glücklich den Winter gemeinsam zu verbringen.

55. Alikuwa mwenye huzuni sana.

56. Ndo akakumbuka chungu hodari.

57. Chungu watakuwa na akiba ya kunisaidia, alitumaini.

58. Momo aligonga mlangoni wa kichunguu akiwa anatetemeka.

59. Chungu walishangaa kumwona Momo.

60. Aliwaomba chungu msaada.

61. Chungu walikumbuka, hakuna hata siku moja ambayo Momo alionyesha bidii kama wao.

62. Lakini pia waliona huruma.

63. Waliamua kumsaidia Momo.

64. Chungu walimpa Momo kipande cha akiba yao.

65. Kwa kuwashukru, Momo aliwaimbia chungu nyimbo ambazo alizitungua msimu wa kiangazi.

66. Chungu wengi zaidi walikusanyika kumsikiliza Momo.

67. Walipomkaribia Momo waligundua jinsi alivyokuwa laini.

68. Hivyo walijipasha moto kwake.

69. Hivyo Momo na chungu walishinda majira ya baridi pamoja.

70. Momo aliimba nyimbo zake, akasimulia hadithi za msimu wa kiangazi na kuwapa chungu joto.

71. Na chungu waligawana chakula chao na Momo.

72. Baada ya hapo walifanya hivyo kila mwaka na walifurahi kushinda msimu wa baridi kwa pamoja.

Der Schatz in den Bergen

1. Es war einmal ein kleines Dorf.

2. Es lag in einem fernen Tal hinter den Bergen.

3. Eines Tages kam ein junger Reisender in das Dorf.

4. Sein Name war Lukas.

5. Er war auf der Suche nach Abenteuern und neuen Erfahrungen.

6. Er mochte die Dorfbewohner und sie mochten ihn.

7 Doch Lukas wunderte sich auch über die Dorfbewohner.

8. Lukas war ein neugieriger und abenteuerlustiger junger Mann.

9. Die Bewohner des Dorfes aber verließen ihr Tal nur selten.

10. Eines Tages hörte er von einem geheimnisvollen Berg.

11. Gold und Silber waren auf der Bergspitze versteckt sagten die Dorfbewohner.

12. Und wieder wunderte sich Lukas.

13. Denn alle Dorfbewohner kannten die Geschichte vom Schatz.

14. Aber keiner hatte sich den Schatz geholt.

15. Nur schwer konnte er drei Freunde überzeugen ihn auf der Suche zu begleiten.

16. Der erste war ein Fischer.

17. Der zweite war ein Bauer.

Hazina milimani

1. Hapo zamani za kale kulikuwa na kijiji kidogo.

2. Kijiji hicho kilikuwa katika bonde la mbali nyuma ya milima.

3. Siku moja, msafiri kijana alifika kijijini.

4. Jina lake lilikuwa Lukas.

5. Alikuwa anatafuta uchunguzi na uzoefu mpya.

6. Alikuwa anawapenda wakazi wa kijiji na wao walimpenda na yeye.

7. Lakini Lukas pia alishangaa juu ya wakazi wa kijiji.

8. Lukas alikuwa kijana mwenye hamu ya kujifunza na kuona mambo mapya.

9. Lakini wakazi wa kijiji wakatoka bondeni kwao mara chache tu.

10. Siku moja, alisikia juu ya mlima wenye siri.

11. Dhahabu na fedha zilikuwa zimefichwa kwenye kilele cha mlima, wakazi wa kijiji walisema.

12. Na tena, Lukas alishangaa.

13. Kwa sababu wakazi wote wa kijiji walijua hadithi ya hazina.

14. Lakini hakuna mtu hata mmoja aliyeenda kuchukua hazina hiyo.

15. Alikuwa na wakati mgumu kuwashawishi marafiki watatu wamsindikize katika kutafuta.

16. Rafiki wa kwanza alikuwa mvuvi.

17. Rafiki wa pili alikuwa mkulima.

18. Und der Dritte war ein Holzfäller.

19. So machten sich Lukas und seine drei Freunde auf den Weg den Berg zu besteigen.

20. Der Aufstieg war steil und beschwerlich, aber Lukas gab nicht auf.

21. Nach einem Tag gelangten Lukas und seine drei Freunde an einen Fluss.

22. Da sagte der erste Freund:

23. „Geht ihr voraus und sucht weiter den Schatz.

24. Mein Herz sagt dies Ufer für mich ist der richtige Platz.

25. Ich werde hier Fische fangen und verweilen,

26. dafür müsst ihr den Schatz nicht mit mir teilen."

27. So verabschiedete sich Lukas von dem Freund.

28. Zu dritt gingen sie weiter.

29. Der Aufstieg wurde beschwerlicher, aber Lukas gab nicht auf.

30. Am zweiten Tag erreichten die Freunde eine große Lichtung.

31. Da sagte der zweite Freund:

32. „Geht ihr voraus und sucht weiter den Schatz.

33. Mein Herz sagt diese Wiese für mich ist der richtige Platz.

34. Ich werde hier Samen pflanzen und verweilen,

35. dafür müsst ihr den Schatz nicht mit mir teilen."

18. Na wa tatu alikuwa mfyeka.

19. Hivyo, Lukas na marafiki zake watatu walianza kupanda mlima.

20. Safari ilikuwa ngumu na yenye changamoto, lakini Lukas hakukata tamaa.

21. Baada ya siku moja, Lukas na marafiki zake watatu walifika mtoni.

22. Hapo rafiki wa kwanza alisema:

23. "Tangulieni na endeleeni kutafuta hazina.

24. Moyo wangu unasema kuwa hii ufukoni ni mahali sahihi kwangu.

25. Nitavua samaki hapa na kukaa,

26. hamna haja ya kugawia hazina na mimi."

27. Hivyo, Lukas aliaga rafiki huyo.

28. Kuwa watatu waliendelea na safari.

29. Safari ilikuwa ngumu zaidi, lakini Lukas hakukata tamaa.

30. Siku ya pili, marafiki hao walifika kwenye uwanja mkubwa.

31. Hapo rafiki wa pili alisema:

32. "Tangulieni na endeleeni kutafuta hazina.

33. Moyo wangu unasema haya malisho ni mahali sahihi kwangu.

34. Nitapanda mbegu hapa na kukaa,

35. hamna haja ya kugawia hazina na mimi."

36. So verabschiedete sich Lukas von seinem zweiten Freund.

37. Zu zweit gingen sie weiter.

38. Der Aufstieg wurde noch beschwerlicher, aber Lukas gab nicht auf.

39. Am dritten Tag erreichten Lukas und sein Freund einen Wald.

40. Da sagte der dritte Freund:

41. „Geh Du voraus und such weiter den Schatz.

42. Mein Herz sagt dieser Wald für mich ist der richtige Platz.

43. Ich werde hier Bäume fällen und verweilen,

44. dafür musst Du den Schatz nicht mit mir teilen."

45. Allein ging Lukas weiter.

46 . Tag um Tag und Woche um Woche vergingen.

47. Er kämpfte sich durch dichte Wälder.

48. Er kletterte über gefährliche Klippen.

49. Schließlich erreichte Lukas den Gipfel.

50. Er hatte vergessen wie viele Tage und Wochen vergangen waren.

51. Auf der Bergspitze fand Lukas tatsächlich einen Schatz.

52. Es war eine Kiste voller Münzen aus Gold und Silber.

53. Die Kiste war sehr, sehr voll.

54. Lukas konnte nicht alle Münzen auf einmal tragen.

55. Er füllte seine Taschen und seinen Rucksack bis sie voll waren.

36. Hivyo, Lukas aliaga rafiki wa pili.

37. Kuwa wawili waliendelea na safari.

38. Kupanda kulikuwa ngumu zaidi, lakini Lukas hakukata tamaa.

39. Siku ya tatu, Lukas na rafiki yake walifika msituni.

40. Ndipo rafiki wa tatu akasema:

41. "Tangulia na endelea kutafuta hazina.

42. Moyo wangu unasema huu msitu ni mahali sahihi kwangu.

43. Nitakata miti hapa na kukaa,

44. hivyo hutahitaji kugawia hazina na mimi."

45. Lukas aliendelea na safari peke yake.

46. Siku baada ya siku na wiki baada ya wiki zilipita.

47. Alijipambanua kupitia misitu yenye kichaka kizito.

48. Alijipandisha juu ya vilima hatari.

49. Hatimaye, Lukas alifika kileleni.

50. Alikuwa amesahau ni siku ngapi na wiki ngapi zilipita.

51. Kwenye kilele cha mlima, Lukas alipata hazina halisi.

52. Ilikuwa sanduku lililokuwa limejaa sarafu za dhahabu na fedha.

53. Sanduku lilikuwa limejaa sana.

54. Lukas hakuweza kubeba sarafu zote kwa wakati mmoja.

55. Alizijaza mifuko yake na mkoba wake hadi kujaa.

56. Dann ging er den Berg ein Stück hinab.

57. Dort versteckte er seinen Schatz.

58. Dann kehrte er zur Spitze des Berges zurück

59. Er holte einen weiteren Teil des Schatzes.

60. So wiederholte er es bis er alle Münzen gesammelt hatte.

61. Dann ging er ein weiteres Stück den Berg hinab.

62. Wieder versteckte er die Münzen.

63. Dann stieg er den Berg hinauf um den Rest zu holen.

64. So vergingen erneut Tage und Wochen.

65. Er hatte vergessen wie viele Tage und Wochen vergangen waren.

66. Eines Tages erreichte er den dichten Wald.

67. Voller Freude kehrte Lukas zu seinem Freund dem Holzfäller zurück.

68. Der Holzfäller freute sich Lukas wiederzusehen.

69. Monate waren vergangen so erzählte der Holzfäller.

70. Er hatte nicht mehr erwartet Lukas wiederzusehen.

71. Er freute sich, dass Lukas den Schatz gefunden hatte.

72. Er erzählte Lukas auch von seinem Glück.

73. Ein Jahr hatte er fleißig Bäume gefällt.

74. Aus dem Holz hatte er sich auch ein Haus gebaut.

75. Dann hatte er das Holz im Dorf verkauft.

56. Kisha akaanza kushuka kidogo mlimani.

57. Huko alificha hazina yake.

58. Kisha akarudi kwenye kilele cha mlima.

59. Alichukua sehemu nyingine ya hazina.

60. Alirudia hivyo mpaka alipokusanya sarafu zote.

61. Kisha akaendelea kushuka kidogo zaidi mlimani.

62. Akaficha sarafu tena.

63. Kisha akapanda mlima ili kuchukua sehemu iliyobaki.

64. Hivyo siku na wiki zilipita tena.

65. Alikuwa amesahau ni siku ngapi na wiki ngapi zilizopita.

66. Siku moja alifika msituni wenye kichaka kizito.

67. Kwa furaha, Lukas alirudi kwa rafiki yake, mfyeka.

68. Mfyeka alifurahi kuonana na Lukas tena.

69. Miezi ilikuwa imepita, alisema mfyeka.

70. Hakutegemea kuonana tena na Lukas.

71. Alifurahi kuwa Lukas alikuwa amepata hazina.

72. Pia alimwambia Lukas juu ya bahati yake.

73. Kwa mwaka mmoja, alikuwa amekata miti kwa bidii.

74. Alitumia miti hiyo kujenga nyumba.

75. Kisha akauza mbao kijijini.

76. So war auch er zu Reichtum gekommen.

77. Da füllte Lukas seine Taschen und seinen Rucksack erneut bis sie voll waren.

78. Dann ging er den Berg wieder ein Stück hinab.

79. Dort versteckte er seinen Schatz wieder.

80. Dann kehrte er erneut zurück.

81. Er holte einen weiteren Teil des Schatzes.

82. So wiederholte er es bis er alle Münzen gesammelt hatte.

83. Nach Tagen und Wochen erreichte er eine große Lichtung.

84. Weit und breit erstreckten sich Felder voller Getreide.

85. Da erkannte Lukas seinen Freund den Bauern, der auf dem Feld arbeitete.

86. Lukas freut sich sehr, dass er seinen Freund wiedergefunden hatte.

87. Der Bauer freute sich Lukas wiederzusehen.

88. Monate und Jahre waren vergangen so erzählte der Bauer.

89. Er hatte nicht mehr erwartet Lukas wiederzusehen.

90. Auch er freute sich, dass Lukas den Schatz gefunden hatte.

91. Er erzählte Lukas auch von seinem Glück.

92. Im ersten Jahr hatte er Felder angelegt und bestellt.

93. Die Ernte hatte er im Dorf verkauft.

94. Dann hatte er ein Haus gebaut.

76. Hivyo ndivyo alivyopata utajiri na yeye pia.

77. Kisha Lukas alijaza mifuko yake na mkoba wake tena hadi walipokuwa wamejaa.

78. Kisha alishuka mlimani kidogo zaidi tena.

79. Huko alificha hazina yake tena.

80. Kisha alirudi tena.

81. Alileta sehemu nyingine ya hazina.

82. Hivyo alirudia mpaka alipokusanya sarafu zote.

83. Baada ya siku na wiki, alifika uwanja mkubwa.

84. Mashamba yalienea kote, yakiwa yamejaa nafaka.

85. Hapo Lukas alimtambua rafiki yake mkulima, ambaye alikuwa akifanya kazi shambani.

86. Lukas alifurahi sana kuonana tena na rafiki yake.

87. Mkulima naye alifurahi kuonana tena na Lukas.

88. Miezi na miaka ilipita, alisema mkulima.

89. Hakutegemea kuonana tena na Lukas.

90. Naye alifurahi kuwa Lukas alipata hazina.

91. Alimwambia Lukas pia kuhusu bahati yake.

92. Katika mwaka wa kwanza, alipanda na kulima mashamba.

93. Alisafirisha mavuno kijijini na kuyauza.

94. Kisha alijenga nyumba.

95. Im zweiten Jahr hatte er Vieh gekauft und Ställe angelegt.

96. Im dritten Jahr hatte er eine Familie gegründet.

97. So war auch er zu Reichtum und Glück gekommen.

98. Da füllte Lukas seine Taschen und seinen Rucksack erneut.

99. Er ging den Berg auf und ab und brachte alle Münzen hinab.

100. Nach Tagen und Wochen erreichte er einen großen Fluss.

101. Am Fluss stand ein Fischerhaus.

102. Neben dem Haus standen zwei Wassermühlen.

103. Eine Mühle mahlte Mehl.

104. Die andere Mühle schnitt Bäume zu Brettern.

105. Vor dem Haus traf Lukas einen jungen Mann.

106. Es war der Sohn des Fischers.

107. Er erzählte, dass der Fischer gestorben war.

108. Er freute sich aber Lukas zu sehen.

109. Der Fischer hatte viel von Lukas erzählt.

110. Viele Jahre waren vergangen, so erzählte der Sohn des Fischers.

111. Er hatte nicht mehr geglaubt Lukas einmal kennenzulernen.

112. Auch er freute sich, dass Lukas seinen Schatz gefunden hatte.

113. Er erzählte Lukas auch vom Glück seines Vaters.

114. Im ersten Jahr hatte er Fisch gefangen.

95. Katika mwaka wa pili, alinunua mifugo na kujenga mabanda.

96. Katika mwaka wa tatu, alianzisha familia.

97. Hivyo naye alipata utajiri na furaha.

98. Kisha Lukas alijaza tena mifuko yake na mkoba wake.

99. Alipanda na kushuka mlima na kushusha sarafu zote.

100. Baada ya siku na wiki, alifika kwenye mto mkubwa.

101. Kando ya mto kulikuwa na nyumba ya mvuvi.

102. Karibu na nyumba kulikuwa na mitambo miwili ya maji.

103. Mtambo mmoja ulisaga unga.

104. Mtambo mwingine ulikata miti kuwa bao.

105. Mbele ya nyumba, Lukas alikutana na kijana.

106. Alikuwa mwana wa mvuvi.

107. Alisema kuwa mvuvi alikuwa amekufa.

108. Lakini alifurahi kumwona Lukas.

109. Mvuvi alikuwa amemwambia mengi kuhusu Lukas.

110. Miaka mingi ilipita, alisema mwana wa mvuvi.

111. Hakutegemea tena kupata kumjua Lukas.

112. Naye alifurahi kuwa Lukas alipata hazina yake.

113. Alimwambia Lukas pia kuhusu bahati ya baba yake.

114. Katika mwaka wa kwanza, alivua samaki.

115. Den Fisch hatte er im Dorf verkauft.

116. Dann hatte er ein Haus gebaut.

117. Im zweiten Jahr hatte er eine Wassermühle gebaut.

118. Da kamen die Bauern und mahlten bei ihm Mehl.

119. Im dritten Jahr heiratete er und gründete eine Familie.

120. Im vierten Jahr hatte er eine zweite Wassermühle gebaut.

121. Da kamen die Holzfäller und sie schnitten die Bäume zu Holz.

122. Im fünften Jahr hatte er so viel Geld verdient, dass er im Dorf eine Schule und eine Museum bauen ließ.

123. In der Schule lernten die Kinder viele neue Dinge.

124. Im Museum erinnerte man sich an die Geschichte der Menschen im Tal.

125. Die Dorfbewohner danken es ihm.

126. Immer wenn sie von ihm, seiner Frau oder seinen Kindern sprachen, sprachen sie gut von ihnen.

127. Da wurde Lukas traurig, dass der Fischer gestorben war.

128. Doch der Sohn sagt ihm, dass er nicht traurig sein muss.

129. Sein Vater war zu Reichtum, Glück und Anerkennung gekommen.

130. Er hatte viel in seinem Leben erreicht.

131. Seiner Familie und den Menschen im Tal hatte er einen großen Schatz hinterlassen.

115. Samaki alikuwa ameuza kijijini.

116. Kisha alijenga nyumba.

117. Katika mwaka wa pili, alijenga mtambo wa maji.

118. Kisha wakulima wakaja na kusaga unga kwake.

119. Katika mwaka wa tatu, alioa na kuunda familia.

120. Katika mwaka wa nne, alijenga mtambo wa maji wa pili.

121. Kisha wakaja wafyeka na kukata miti kuwa bao.

122. Katika mwaka wa tano, alikuwa amepata pesa nyingi sana, hivyo akajenga shule na makumbusho kijijini.

123. Shuleni watoto walijifunza mambo mengi mapya.

124. Katika makumbusho, watu walikumbuka historia ya watu katika bonde hilo.

125. Wanakijiji walimshukuru.

126. Kila walipomtaja yeye, mkewe au watoto wake, waliongea vizuri juu yao.

127. Hapo Lukas alikuwa mwenye huzuni kwamba mvuvi alikuwa amefariki.

128. Lakini mwanae alimwambia kuwa hahitaji kuwa mwenye huzuni.

129. Baba yake alikuwa amefikia utajiri, furaha na heshima.

130. Alikuwa amefanikiwa na mambo mengi katika maisha yake.

131. Alikuwa ameacha hazina kubwa kwa familia yake na kwa watu katika bonde hilo.

Die Bergziege die das heilende Wasser suchte

1. Es war einmal eine wunderschöne Bergkette.

2. Die Bergkette war umgeben von dichten Wäldern.

3. In den Bergen lebte eine mutige Bergziege namens Greta.

4. Greta war bekannt für ihre Stärke und Ausdauer.

5. Sie liebte es, die steilen Hänge der Berge zu erklimmen.

6. Eines Tages hörte sie von einem geheimnisvollen Tal.

7. Das Tal lag jenseits des höchsten Berges.

8. In diesem Tal gab es einen wunderschönen Garten.

9. In diesem Garten gab es eine Quelle.

10. Das Wasser der Quelle war besonders.

11. Das Wasser konnte heilen.

12. Greta hatte Sehnsucht, dieses Tal zu finden.

13. Sie wollte die Schönheit des Tals sehen.

14. Und sie wollte von dem Wasser probieren.

15. Sie machte sich auf den Weg zum Tal.

16. Sie überwand schwierige Hindernisse.

17. Sie kletterte über steile Felsen.

18. Sie durchquerte große Flüsse

19. Sie war sehr erschöpft.

Mbuzi wa milimani aliyetafuta maji ya kuponya

1. Hapo zamani za kale kulikuwa na milima mzuri sana.

2. Milima ilikuwa imeezungukwa na misitu yenye miti mingi.

3. Katika milima hiyo kulikuwa na mbuzi shujaa aliyeitwa Greta.

4. Greta alikuwa anajulikana kwa nguvu na uvumilivu wake.

5. Alikuwa anapenda kupanda vilima virefu vya milima.

6. Siku moja alisikia kuhusu bonde la siri.

7. Bonde hilo lilikuwa upande wa pili wa mlima mrefu zaidi.

8. Katika bonde hilo kulikuwa na bustani nzuri sana.

9. Katika bustani hiyo kulikuwa na chemchemi.

10. Maji ya chemchemi hiyo yalikuwa ya pekee.

11. Maji hayo yalikuwa na uwezo wa kuponya.

12. Greta alikuwa na hamu ya kuona bonde hilo.

13. Alikuwa anataka kuona uzuri wa bonde hilo.

14. Na alitaka kujaribu maji hayo.

15. Alianza safari yake kuelekea bonde hilo.

16. Aliweza kushinda vikwazo vigumu.

17. Alipanda juu ya miamba mirefu.

18. Alivuka mito mikubwa.

19. Alikuwa mchovu sana.

20. Ihre Hufe waren von der langen Reise abgenutzt.

21. Aber sie gab nicht auf.

22. Nach vielen Tagen erreichte Greta schließlich das Tal.

23. Es war genauso wunderschön, wie es beschrieben wurde.

24. Der Garten war mit bunten Blumen geschmückt.

25. Die Quelle war gefüllt mit frischem Wasser.

26. Greta war sehr glücklich.

27. Sie trank von dem Wasser.

28. Sofort spürte sie, wie ihre Erschöpfung verschwand.

29. Ihre Kräfte kehrten zurück.

30. Doch dann hörte sie ein leises Weinen.

31. Sie folgte dem Geräusch.

32. Sie erreichte einen Dornenbusch.

33. Dort fand Greta eine kleine Ziege.

34. Sie war im Dornenbusch gefangen.

35. Ohne zu zögern, half Greta der kleinen Ziege.

36. Mit ihren starken Hörnern befreite sie die kleine Ziege.

37. Die kleine Ziege war sehr dankbar.

38. Die kleine Ziege fragte Greta:

39. „Warum hast Du mir geholfen, obwohl Du selbst so erschöpft warst?"

20. Kwato zake zilikuwa zimechakaa kutokana na safari ndefu.

21. Lakini hakukata tamaa.

22. Baada ya siku nyingi, Greta hatimaye alifika kwenye bonde hilo.

23. Lilikuwa sawa na jinsi lilivyoelezwa.

24. Bustani ilikuwa imepambwa na maua mazuri.

25. Chemchemi ilikuwa imejaa maji safi.

26. Greta alikuwa na furaha sana.

27. Alikunywa maji hayo.

28. Mara moja tu alihisi uchovu wake ukiondoka.

29. Nguvu zake zilirudi.

30. Lakini kisha alisikia kilio kidogo.

31. Alifuata sauti hiyo.

32. Alifika kwenye kichaka cha miiba.

33. Huko Greta alimkuta mbuzi mdogo.

34. Alikuwa amezuiliwa ndani ya kichaka cha miiba.

35. Bila kusita, Greta alimsaidia mbuzi mdogo.

36. Kwa pembe zake imara, alimwokoa mbuzi mdogo.

37. Mbuzi mdogo alikuwa na shukrani sana.

38. Mbuzi mdogo akamwuliza Greta:

39. "Kwa nini ulinisaidia, ingawa mwenywe ulikuwa mchovu sana?"

40. Greta lächelte und erklärte:

41. "Dort wo ich herkommen, in den Bergen, helfen wir einander.

42. Nur gemeinsam können wir die Herausforderungen überwinden.

43. Es ist unsere Pflicht, füreinander da zu sein.

44. Außerdem war ich nicht mehr erschöpft.

45. Ich habe von dem Wasser aus der Quelle getrunken."

46. Da sagte die kleine Ziege.

47. „Aber was hat das Wasser der Quelle damit zu tun.

48. Es ist doch nur eine ganz normale Wasserquelle."

49. Da wunderste sich Great sehr und fragte:

50. „Nur eine ganz normale Wasserquelle?

51. Ich hatte gehört, das Wasser kann heilen."

52. Da antwortete die kleine Ziege.

53. „Nein das ist eine ganz normale Wasserquelle.

54. Doch viele Tiere kommen zur Quelle.

55. Sie alle haben gehört, dass das Wasser besondere Kräfte hat.

56. Doch das ist nicht wirklich die Wahrheit.

57. Die Kraft der Quelle ist eine andere!"

58. Da verstand die Bergzeige, was die kleine Ziege meinte uns sprach:

59. „Für Wahr. Es ist der Glaube der Berge versetzen kann."

40. Greta alitabasamu na kusema:

41. "Hapo ninapotoka, milimani, sisi husaidiana.

42. Tunaweza kushinda changamoto zetu tu kwa kushirikiana.

43. Ni wajibu wetu kuwepo kwa wenzetu.

44. Pia, sikuhisi uchovu tena.

45. Nilikunywa maji kutoka kwenye chemchemi."

46. Hapo ndipo mbuzi mdogo akasema:

47. "Lakini maji ya chemchemi yanahusianaje na hilo?"

48. Ni chemchemi ya maji ya kawaida tu."

49. Hapo ndipo Greta alishangaa sana na kuuliza:

50. "Ni chemchemi ya maji ya kawaida tu?

51. Nilisikia maji yanaweza kuponya."

52. Hapo ndipo mbuzi mdogo akajibu:

53. "La, ni chemchemi ya maji ya kawaida tu.

54. Lakini wanyama wengi huja kwenye chemchemi hiyo.

55. Wote wamesikia kuwa maji yana nguvu maalum.

56. Lakini hiyo sio kweli kabisa."

57. Nguvu ya chemchemi ni tofauti!"

58. Hapo ndipo mbuzi wa milima alielewa alichomaanisha mbuzi mdogo na akasema:

59. "Ni kweli. Imani inaweza kufanya mambo makubwa."

Wie Hasen und Füchse frieden fanden

1. Es war einmal ein wunderschöner Wald.

2. Viele verschiedene Tiere bewohnten diesen Wald.

3. Auch eine weise Eule namens Aria wohnte in diesem Wald.

4. Aria war bekannt für ihre klugen Ratschläge.

5. Sie hatte die Fähigkeit, zwischen den verschiedenen Tieren zu vermitteln.

6. Eines Tages brach ein Streit zwischen Tieren des Waldes aus.

7. Die Hasen und die Füchse stritten sich.

8. Die Hasen behaupteten, dass ein Teil des Waldes ihnen gehörte.

9. Und auch die Füchse bestanden darauf, dass sie genauso ein Recht auf diesen Teil des Waldes hatten.

10. Die Tiere waren verzweifelt.

11. Sie wussten nicht, wie sie den Konflikt lösen sollten.

12. Da erinnerten sie sich an die weise Eule Aria.

13. Sie baten sie um Hilfe.

14. Sie hofften, dass sie eine Lösung findet.

15. Aria kannte den Konflikt zwischen den Tieren.

16. Sie flog zu einem hohen Baum mitten im Wald.

17. Auf dem Weg rief sie alle Tiere zu einer Versammlung zusammen.

18. Sie erklärte ihnen:

Jinsi sungura na mbweha walivyopata amani

1. Hapo zamani za kale kulikuwa na msitu mzuri sana.

2. Wanyama wengi mbalimbali waliishi katika msitu huu.

3. Pia bundi mwenye hekima aliyeitwa Aria aliishi katika msitu huu.

4. Aria alikuwa anajulikana kwa ushauri wake mzuri.

5. Alikuwa na uwezo wa kupatanisha kati ya wanyama mbalimbali.

6. Siku moja, kulitokea mzozo kati ya wanyama wa msituni.

7. Sungura na mbweha walikuwa wanagombana.

8. Sungura walidai kwamba sehemu fulani ya msitu ilikuwa yao.

9. Na mbweha pia walisisitiza kuwa walikuwa na haki sawa ya sehemu hiyo ya msitu.

10. Wanyama walikuwa wamekata tamaa.

11. Hawakujua jinsi ya kutatua mzozo huo.

12. Ndo wakakumbuka kuhusu bundi mwenye hekima, Aria.

13. Walimwomba msaada.

14. Walitarajia kwamba atapata suluhisho.

15. Aria alijua kuhusu mzozo kati ya wanyama.

16. Aliruka hadi kwenye mti mrefu katikati ya msitu.

17. Njiani aliwaita wanyama wote kwenye mkutano.

18. Aliwaambia:

19. Der Wald ist für alle Tiere von großer Bedeutung.

20. Wir müssen gemeinsam eine Lösung finden.

21. Die Lösung muss für alle fair sein.

22. Sonst werden wir alle keinen Frieden finden.

23. Die Eule schlug Hasen und Füchsen etwas vor.

24. Sie sollten gemeinsam den Wald erkunden.

25. Sie sollten herauszufinden welche Teile für welche Tiere am besten geeignet waren.

26. Sie sollten dann einen Plan entwickeln um die Frage zu beantworten:

27. Wie kann der Wald gerecht aufgeteilt werden?

28. Die Tiere folgten Arias Vorschlag.

29. Sie begannen den Wald zu erkunden.

30. Da entdeckten sie etwas Interessantes:

31. Bestimmte Bereiche des Waldes waren besser für die Hasen geeignet.

32. Andere Bereiche boten den Füchsen mehr Vorteile.

33. Sie erkannten, dass sie den Wald teilen konnten, ohne einander zu verdrängen.

34. Mit Hilfe von Aria legten Hasen und Füchse Grenzen an.

35. Hasen und Füchse hatten nun Teile des Waldes für sich.

36. Es verging einige Zeit.

19. Msitu ni muhimu kwa wanyama wote.

20. Lazima tuweze kupata suluhisho pamoja.

21. Suluhisho lazima liwe haki kwa wote.

22. Vinginevyo, sisi sote hatutapata amani.

23. Bundi alipendekeza kitu kwa sungura na mbweha.

24. Walipaswa kuchunguza msitu pamoja.

25. Walipaswa kugundua ni sehemu gani zilikuwa bora kwa wanyama gani.

26. Kisha, walipaswa kuunda mpango wa kujibu swali:

27. Msitu hugawanyiwaje sawa sawa?

28. Wanyama walifuata pendekezo la Aria.

29. Walianza kuchunguza msitu.

30. Wakagundua kitu cha kuvutia:

31. Maeneo fulani ya msitu yalikuwa bora kwa sungura.

32. Maeneo mengine yalikuwa na faida zaidi kwa mbweha.

33. Waligundua kuwa wangeweza kugawanya msitu bila kumwondoa mwingine.

34. Kwa msaada wa Aria, sungura na mbweha waliweka mipaka.

35. Sasa, sungura na mbweha walikuwa na sehemu zao za msitu.

36. Muda ulipita.

37. Die Hasen machten ihren Teil des Waldes zu einem schönen Ort.

38. Und auch die Füchse machten ihren Teil des Waldes zu einem schönen Ort.

39. Da sahen die Hasen, dass auch der Wald der Füchse schön war, aber anders.

40. Und die Füchse sahen, dass auch der Wald der Hasen schön war, aber anders.

41. Sie wurden neugierig.

42. Sie wollten nun auch den Wald der anderen besuchen.

43. Wieder trafen sie sich mit Aria.

44. Sie einigten sich, dass sie auch die Gebiete der anderen besuchen konnten.

45. Wichtig dabei war, dass sie Bedürfnisse der anderen Tiere respektierten.

46. So lernten sich Füchse und Hasen besser kennen.

47. Viel konnten sie voneinander lernen.

48. Der Wald blühte auf.

49. Die Tiere lebten fortan in Harmonie und Frieden.

50. Sie erkannten, dass sie durch Zusammenarbeit und gegenseitigen Respekt viel mehr erreichen konnten als durch Streit und Konflikt.

37. Sungura walifanya sehemu yao ya msitu kuwa mahali pazuri.

38. Na mbweha pia walifanya sehemu yao ya msitu kuwa mahali pazuri.

39. Sungura waliona kuwa msitu wa mbweha ulikuwa mzuri, lakini tofauti.

40. Na mbweha waliona kuwa msitu wa sungura ulikuwa mzuri, lakini tofauti.

41. Walikuwa na hamu ya kujua.

42. Sasa walitaka pia kutembelea msitu wa wengine.

43. Walikutana tena na Aria.

44. Walikubaliana kwamba wangeweza pia kutembelea maeneo ya wengine.

45. Jambo muhimu lilikuwa kuheshimu mahitaji ya wanyama wengine.

46. Hivyo, mbweha na sungura walifahamiana vizuri zaidi.

47. Walijifunza mengi kutoka kwa wengine.

48. Msitu ulianza kuchanua.

49. Wanyama wakaishi kwa mshikamano na amani.

50. Waligundua kwamba wanaweza kufanikiwa zaidi kupitia ushirikiano na heshima kuliko kupitia mzozo na ugomvi.

Der Regen der das Land teilte

1. Es war einmal ein wunderschönes Land.

2. Es war umgeben von hohen Bergen und von einem Meer.

3. Viele verschiedene Tiere lebten hier friedlich zusammen.

4. Alle Tiere hatten genug zu essen.

5. Denn überall im Land wuchs viel Mais.

6. Eines Tages jedoch zog ein großes Gewitter auf.

7. Es regnete für viele Tage und Nächte.

8. Viele der Maisfelder wurden zerstört.

9. Der viele Regen sammelte sich und bildete einen Fluss.

10. Er teilte das Land in zwei Teile.

11. Als der Regen vorbei war wuchs auf der einen Seite des Landes ein dichter Wald.

12. Der Wald reichte vom Fluss bis an die Berge.

13. Nur auf wenigen Feldern im Wald konnten die Tiere Mais anbauen.

14. Durch den Wald konnten sie sich nicht frei bewegen.

15. Die Berge waren so hoch, dass sie nicht fortgehen konnten.

16. Die Tiere sehnten sich nach Freiheit und einem besseren Leben.

17. Auf der anderen Seite des Flusses sah es ganz anders aus.

18. Der Regen hatte fruchtbare Erde aus den Bergen herangetragen.

19. Dort lebten die Tiere in offenen Feldern.

20. Sie hatten Zugang zu reichlich Mais.

21. Über das Meer konnten sie in weit entferne Länder reisen.

22. Die Tiere genossen ihre Freiheit.

Mvua iliyogawa nchi

1. Kulikuwa na nchi nzuri sana.

2. Ilizungukwa na milima mirefu na bahari.

3. Wanyama mbalimbali walikuwa wakiishi pamoja kwa amani.

4. Wanyama wote walikuwa na chakula cha kutosha.

5. Kwa sababu mahindi yalikuwa yakikua kila mahali nchini.

6. Siku moja lakini dhoruba kubwa ilijitokeza.

7. Ilinyesha kwa siku na usiku mwingi.

8. Mashamba mengi ya mahindi yaliharibiwa.

9. Mvua nyingi ilikusanyika na kuunda mto.

10. Mto huo uligawa nchi katika sehemu mbili.

11. Baada ya mvua kukatika, msitu mnene uliota upande mmoja wa nchi.

12. Msitu ulienea kutoka mtoni hadi kwenye milima.

13. Wanyama walikuwa na uwezo wa kulima mahindi katika mashamba machache tu ndani ya msitu.

14. Hawakuweza kutembea kwa uhuru msituni.

15. Milima ilikuwa mirefu kiasi wasiweze kuondoka.

16. Wanyama walitamani uhuru na maisha bora.

17. Upande mwingine wa mto ulikuwa tofauti kabisa.

18. Mvua ilileta udongo wenye rutuba kutoka milimani.

19. Wanyama walikuwa wakiishi katika mashamba wazi.

20. Walikuwa na upatikanaji wa mahindi wa kutosha.

21. Walikuwa na uwezo wa kusafiri kwenda nchi za mbali kupitia bahari.

22. Wanyama walifurahia uhuru wao.

23. Obwohl sie viel Mais hatten, waren sie manchmal egoistisch.

24. Sie wollten mehr und mehr Mais haben.

25. Sie vergaßen, dass ihre Nachbarn auf der anderen Seite des Flusses nicht die gleichen Möglichkeiten hatten.

26. Eines Tages jedoch, kam ein besonders harter Winter.*

27. Da sagten die Tiere im Wald.

28. „Lasst uns Bäume fällen und ein großes Feuer machen."

29. Da fällten sie Bäume und machten Feuer.

30. Die Tiere auf den Feldern sahen die Feuer.

31. Sie erinnerten sich an ihre Nachbarn, die weniger Mais zu essen hatten.

32. Sie sammelten von ihrem Mais.

33. Den Mais brachten sie zum Fluss um den Tieren im Wald zu helfen.

34. Die Tiere aus dem Wald kamen auch zum Fluss.

35. Dann sagten sie sich: „Lasst und noch mehr Bäume fällen.

36. Mit dem Holz können wir Brücken bauen."

37. So bauten sie Brücken über den Fluss.

38. Die Tiere von den Feldern konnten nun ihren Nachbarn aus dem Wald den Mais bringen.

39. Die Tiere aus dem Wald konnten ihren Nachbarn nun Holz bringen.

40. Sie konnten jetzt auch Feuer machen und frohren nicht mehr.

42. So erkannten alle Tiere, dass sie ihre Nachbarn unterstützen konnten.

43. Sie erkannten, dass sie gemeinsam stärker waren.

23. Ingawa walikuwa na mahindi mengi, mara kwa mara walikuwa na ubinafsi.

24. Walitaka kuwa na mahindi zaidi na zaidi.

25. Walisahau kuwa majirani wao upande mwingine wa mto hawakuwa na fursa kama wao.

26. Siku moja ilitokea zamu ya baridi ya baridi kali sana.*

27. Ndipo wanyama katika msitu walisema:

28. „Hebu tukate miti na tuwashe moto mkubwa.“

29. Basi wakakata miti na kuwasha moto.

30. Wanyama kwenye mashamba waliona moto.

31. Walikumbuka majirani zao ambao walikuwa na chakula kidogo cha mahindi“.

32. Walikusanya mahindi yao.

33. Mahindi hayo waliyapeleka mtoni ili kuwasaidia wanyama wa msituni.

34. Wanyama kutoka msituni pia walikuja mtoni.

35. Kisha wakasema: „Hebu tukate miti zaidi.

36. Tunaweza kujenga madaraja na kuni hizo.“

37. Huko wakajenga madaraja kuvuka mtoni.

38. Wanyama kutoka mashambani waliweza kuwapelekea majirani wao wa msituni mahindi.

39. Wanyama wa msituni waliweza kuwapelekea majirani zao bao.

40. Sasa waliweza kuwasha moto pia na kutojiskia baridi tena.

42. Hivyo wanyama wote walitambua kuwa wangeweza kuwasaidia majirani zao.

43. Walitambua kuwa pamoja walikuwa na nguvu zaidi.

Die drei Hasen und der Zauberer

1. Es war einmal ein wunderschöner Wald.

2. In dem Wald lebten drei Hasen.

3. Jeder Hase hatte eine einzigartige Besonderheit.

4. Der erste Hase hatte lange Ohren.

5. Der zweite Hase hatte große Pfoten.

6. Der dritte Hase hatte eine große Nase.

7. Jeden Tag lachten die Tiere über einen der Hasen.

8. An einem Tag lachten die Tiere über den ersten Hasen.

9. Sie lachten und sagten:

10. „Ach Hase, was hast Du nur für lange Ohren.

11. Für Wahr großes Unglück hat Dich auserkoren."

12. Das kümmert den ersten Hasen aber nicht.

13. Denn er mochte seine Ohren.

14. Er wusste, dass sie etwas ganz besonderes sind.

15. Keiner hatte so tolle Ohren wie er.

16. An einem anderen Tag lachten die Tiere über den zweiten Hasen.

17. Sie lachten und sagten:

18. „Ach Hase, was hast Du nur für große Pfoten.

19. So groß, die gehören doch eigentlich verboten."

20. Das kümmert den zweiten Hasen aber nicht.

21. Denn er mochte seine Pfoten.

22. Er wusste, dass sie etwas ganz besonderes sind.

23. Keiner hatte so tolle Pfoten wie er.

24. An einem anderen Tag lachten die Tiere über den dritten Hasen.

25. Sie lachten und sagten:

Sungura tatu na mchawi

1. Hapo zamani za kale kulikuwa na msitu mzuri sana.

2. Ndani ya msitu huo waliishi sungura watatu.

3. Kila sungura alikuwa na sifa maalum ya kipekee.

4. Sungura wa kwanza alikuwa na masikio marefu.

5. Sungura wa pili alikuwa na miguu mikubwa.

6. Sungura wa tatu alikuwa na pua kubwa.

7. Kila siku wanyama walicheka juu ya mmoja wa sungura hao.

8. Siku moja wanyama walimcheka sungura wa kwanza.

9. Walicheka na kusema:

10. "Jamani sungura, una masikio marefu sana.

11. Kwa kweli, bahati mbaya imekuchagua."

12. Lakini hilo halikumsumbua sungura wa kwanza.

13. Kwa sababu alipenda masikio yake.

14. Alijua kwamba yalikuwa sifa maalum.

15. Hakuna mwingine aliyekuwa na masikio mazuri kama yake.

16. Siku nyingine wanyama walimcheka sungura wa pili.

17. Walicheka na kusema:

18. "Jamani sungura, una miguu mikubwa sana.

19. Inaonekana mikubwa sana, inapaswa kupigwa marufuku."

20. Lakini hilo halikumsumbua sungura wa pili.

21. Kwa sababu alipenda miguu yake.

22. Alijua kwamba ilikuwa sifa maalum.

23. Hakuna mwingine aliyekuwa na miguu mizuri kama yake.

24. Siku nyingine wanyama walimcheka sungura wa tatu.

25. Walicheka na kusema:

26. „Ach Hase, was hast Du nur für eine Nase.

27. Bist Du nicht eher Elefant als Hase?"

28. Das kümmert den dritten Hasen aber nicht.

29. Denn er mochte seine Nase.

30. Er wusste, dass sie etwas ganz besonderes war.

31. Keiner hatte eine so tolle Nase wie er.

32. Eines Tages tauchte ein böser Zauberer im Wald auf.

33. Er baute sich eine Burg.

34. Seine Burg baute er auf einen Berg.

35. Es war der Berg in der Mitte des Waldes.

36. Dann verzauberte der böse Zauberer den Wald.

37. Es überzog den Wald mit Dunkelheit.

38. Es war so dunkel, dass die Tiere nicht sehen konnten.

39. Alle Tiere waren traurig und ängstlich.

40. Jeden Tag ging der Zauberer im Wald auf die Jagd.

41. Er ruhte sich erst aus nachdem er ein Tier gefangen hatte.

42. Das Tier nahm er mit und trug es zu seiner Burg.

43. Dort tötete der Zauberer das Tier und aß es auf.

44. Am nächsten Tag begann er erneut zu jagen.

45. So vergingen viele Tage.

46. Und jeden Tag verschwand ein Tier.

47. Viele Tiere verloren die Hoffnung.

48. Nur die drei Hasen verloren nicht ihre Hoffnung.

49. Sie wollten die Tiere des Waldes retten.

50. Dafür nutzen die drei Hasen ihre Besonderheiten.

51. Der erste Hase konnte mit seinen langen Ohren sehr gut hören.

26. "Jamani sungura, una pua kubwa sana.

27. Je, wewe si tembo badala ya sungura?"

28. Lakini hilo halikumsumbua sungura wa tatu.

29. Kwa sababu alipenda pua yake.

30. Alijua kwamba ilikuwa sifa maalum.

31. Hakuna mwingine aliyekuwa na pua nzuri kama yake.

32. Siku moja, mchawi mbaya alitokea msituni.

33. Alijijenga ngome.

34. Ngome yake aliijenga juu ya mlima.

35. Ilikuwa mlima katikati ya msitu.

36. Kisha mchawi mbaya akaroga msitu.

37. Aliufunika msitu kwa giza.

38. Ilikuwa giza sana, wanyama hawakuweza kuona.

39. Wanyama wote walikuwa na huzuni na hofu.

40. Kila siku, mchawi alienda msituni kuwinda.

41. Kupumzika alipumzika baada ya kumkamata mnyama.

42. Alimchukua mnyama na kumpeleka ngomeni mwake.

43. Huko, mchawi alimuua mnyama na kumla.

44. Siku iliyofuata, alianza kuwinda tena.

45. Hivyo siku nyingi zilipita.

46. Na kila siku mnyama alitoweka.

47. Wanyama wengi walipoteza matumaini.

48. Isipokuwa sungura watatu hawakupoteza matumaini yao.

49. Walitaka kuwaokoa wanyama wa msituni.

50. Kwa ajili hivyo, sungura watatu walitumia sifa zao maalum.

51. Sungura wa kwanza alisikia vizuri sana na masikio marefu yake.

52. Er hörte das Rascheln der Blätter.

53. Er hörte sogar die Schnecken laufen.

54. Er hörte auch den Zauberer von weitem.

55. Kam der Zauberer, warnte er seinen Freund den zweiten Hasen.

56. Der zweite Hase konnte mit seinen großen Pfoten laut trommeln.

57. Er lärmte bis die Blätter von den Bäumen fielen.

58. Er lärmte sogar bis alle dachten ein Gewitter zieht auf.

59. Er lärmte wenn der Zauberer kam.

60. Er lärmte so laut, dass alle Tiere sich versteckten.

61. So jagte der Zauberer, aber fing nicht ein einziges Tier.

62. Dann kehrte er wütend in seine Burg zurück.

63. Der dritte Hase konnte mit seiner großen Nase sehr gut richten.

64. Er konnte den Duft von Blumen riechen.

65. Er konnte sogar die Kräuter auf dem Gipfel des Berges riechen.

66. Jedes Mal wenn der Zauberer verschwunden war, sagte er dem zweiten Hasen:

67. „Die Luft ist rein."

68. Dann machte der zweite Hase erneut Lärm.

69. Alle Tiere kamen aus ihren Verstecken.

70. So wiederholten die Hasen es Tag um Tag.

71. Tag um Tag wurde der Zauberer hungriger und hungriger.

72. Und Tag um Tag wurde er dünner und dünner.

73. Er wurde dünner und dünner bis er eines Tages ganz verschwand.

74. Da verschwand auch die Dunkelheit.

75. Von dort an lebten die Tiere glücklich gemeinsam und waren den Hasen ewig dankbar.

76. Nie wieder hörte man Scherze über Ohren, Pfoten oder die Nase.

52. Alisikia kelele ya majani.

53. Hata alisikia konokono wakitembea.

54. Alisikia hata mchawi kutoka mbali.

55. Alipokuja mchawi, alimwonya rafiki yake sungura wa pili.

56. Sungura wa pili alijua kupiga kelele na miguu yake mikubwa.

57. Alipiga kelele hadi majani yalipodondoka kutoka mitini.

58. Alipiga kelele hadi watu wote walidhani kuna dhoruba.

59. Alipiga kelele wakati mchawi alipokuja.

60. Alipiga kelele kwa sauti kiasi wanyama wote walijificha.

61. Hivyo mchawi aliwinda, lakini hakupata mnyama hata mmoja.

62. Kisha alirudi kwa hasira kwenye ngome yake.

63. Sungura wa tatu aliweza kunusa vizuri sana na pua kubwa yake.

64. Aliweza kunusa harufu ya maua.

65. Aliweza kunusa hata mimea kwenye kilele cha mlima.

66. Kila mara mchawi alipokuwa ameondoka, alimwambia sungura wa pili:

67. "Hewa ni safi."

68. Kisha sungura wa pili alipiga kelele tena.

69. Wanyama wote walitoka kwenye kujificha kwao.

70. Hivyo sungura walirudia hilo siku baada ya siku.

71. Siku baada ya siku, mchawi alizidi kuwa na njaa.

72. Na siku baada ya siku, alizidi kuwa mwembamba.

73. Alizidi kuwa mwembamba hadi siku moja alitoweka kabisa.

74. Wakati huo giza pia lilitoweka.

75. Tangu wakati huo, wanyama waliishi kwa furaha pamoja na walikuwa na shukrani kwa sungura kwa milele.

76. Kamwe tena hakusikika mzaha kuhusu masikio, miguu wala pua.

Die drei Dörfer in den Bergen

1. Es war einmal ein großes Land.

2. In seiner Mitte befand sich ein Gebirge.

3. Die Berge waren umgeben von dichten Wäldern.

4. Eines Tages kamen die Menschen in die Berge.

5. Sie bauten sich kleine Häuser an den Berghängen.

6. Sie fischten in den Flüssen.

7. Und sie bestellten Felder in den Tälern.

8. Und sie schlugen Bäumen in den Wäldern für Feuerholz.

9. So lebten sie zufrieden lange Zeit und gründeten drei Dörfer.

10. Jedes Dorf lag auf einem anderen Berg.

11. Aus jedem Dorf konnten die Dorfbewohner in der Ferne die anderen Dörfer sehen.

12. Jedes Jahr gab es ein großes Fest.

13. Gefeiert wurde die gemeinsame Geschichte.

14. Alle erinnerten sich daran, dass die Vorfahren gemeinsam in die Berge gekommen waren.

15. Doch im Laufe der Zeit änderten sich die Menschen.

16. In jedem Dorf waren die Menschen immer mehr mit sich selbst beschäftigt.

17. Die Dorfbewohner hörten auf das gemeinsame Fest zu feiern.

Vijiji vitatu milimani

1. Hapo zamani za kale kulikuwa na nchi kubwa.

2. Katikati yake kulikuwa na milima.

3. Milima ilizungukwa na misitu mizito.

4. Siku moja watu walifika milimani.

5. Walijenga nyumba ndogo kwenye mteremko wa milima.

6. Walivua samaki katika mito.

7. Na wakalima mashamba katika mabonde.

8. Na wakakata miti katika misitu kwa kuni za moto.

9. Hivyo walishi kwa furaha kwa muda mrefu na wakaanzisha vijiji vitatu.

10. Kila kijiji kilikuwa kwenye mlima tofauti.

11. Kutoka kila kijiji, wanakijiji waliweza kuona vijiji vingine kwa mbali.

12. Kila mwaka kulikuwa na sherehe kubwa.

13. Walisherehekea historia yao pamoja.

14. Wote walikumbuka kuwa mababu zao walifika milimani pamoja.

15. Lakini kwa mida, watu walibadilika.

16. Katika kila kijiji watu walizidi kukijishughulisha wenyewe.

17. Wanakijiji waliacha hakusherehekea sherehe ya pamoja.

18. Die Menschen vergaßen, dass ihre Vorfahren gemeinsam in die Berge gekommen waren.

19. In jedem Dorf strebten die Menschen nach mehr Macht und Einfluss.

20. In jedem Dorf glaubten die Menschen, dass ihr Dorf besser sei als die Dörfer der anderen.

21. Die Menschen begannen in den Bergen Steine abzubauen.

22. Die Steine brachten sie in ihre Dörfer.

23. Die Steine nutzten sie um neue Häuser zu bauen.

24. In den Dörfern wurden die Häuser immer größer.

25. Eines Tage begannen die Menschen in einem Dorf eine Mauer zu bauen.

26. Sie wollten beweisen, dass ihr Dorf das schönste und mächtigste Dorf war.

27. Die Mauer war groß und breit.

28. Die Menschen in den anderen Dörfern sahen die Mauer.

29. Sie waren beeindruckt und wurden neidisch.

28. Da entschieden sie sich auch eine Mauer zu bauen.

29. Da lobten sich die Dorfbewohner im ersten Dorf und sagten:

30. „Wir aber waren die Ersten die eine Mauer bauten."

31. Da baute sich das zweite Dorf eine große Halle.

32. Sie wollten beweisen, dass ihr Dorf das schönste und mächtigste war.

18. Watu walisahau kwamba watu wa kale walihamia milimani wote kwa pamoja.

19. Katika kila kijiji watu walitamani nguvu na ushawishi zaidi.

20. Katika kila kijiji watu waliamini kuwa kijiji chao kilikuwa bora kuliko vijiji vingine.

21. Watu walianza kuchimba mawe milimani.

22. Walipeleka mawe vijijini kwao.

23. Walitumia mawe hayo kujenga nyumba mpya.

24. Katika kila kijiji nyumba ziliongezeka kuwa kubwa zaidi.

25. Siku moja katika kijiji kimoja watu walianza kujenga ukuta.

26. Walitaka kuthibitisha kuwa kijiji chao kilikuwa kizuri na chenye nguvu kuliko vingine.

27. Ukuta ulikuwa mkubwa na mnene.

28. Watu katika vijiji vingine waliona ukuta huo.

29. Walishangaa na kuwa na wivu.

28. Ndo wakaamua kujenga ukuta pia.

29. Ndo watu katika kijiji cha kwanza walijisifu wakisema:

30. "Lakini sisi tulikuwa wa kwanza kujenga ukuta."

31. Ndo kijiji cha pili kikajenga ukumbi mkubwa.

32. Walitaka kuthibitisha kuwa kijiji chao kilikuwa kizuri na chenye nguvu zaidi.

32. Die Halle war groß und schön.

33. Die Menschen in den anderen Dörfern sahen die Halle.

34. Da wurden sie neidisch und wollten auch eine Halle in ihrem Dorf.

35. So bauten sich auch die anderen Dörfer Hallen.

36. Da lobten sich die Dorfbewohner im zweiten Dorf und sagten:

37. „Aber wir waren die Ersten die eine Halle bauten."

38. Da begann das dritte Dorf sich einen Turm zu bauen.

38. Der Turm war hoch und beeindruckend.

39. Als die anderen Dörfer den Turm sahen, waren sie neidisch.

40. Auch sie bauten sich ein jedes einen Turm.

40. Da baute jedes Dorf sich einen höheren Turm.

41. Da lobten sich die Dorfbewohner im dritten Dorf und sagten:

42. „Aber wir waren die Ersten die einen Turm bauten."

43. In jedem Dorf gab es Menschen, denen war ein gemeinsamer Turm nicht genug.

44. Sie bauten sich selbst einen Turm zu ihrem Haus.

45. Und jeder Turm der gebaut wurde war höher als der Vorherige.

46. Und mit jedem Turm der gebaut wurde schwanden die Ressourcen im Land.

48. Die Menschen hatten so viele Steine abgebaut, dass tiefe Schluchten die Berge trennten.

49. Das erste Dorf war getrennt von den Flüssen und Wäldern.

32. Ukumbi ulikuwa mkubwa na mzuri.

33. Watu katika vijiji vingine waliona ukumbi huo.

34. Walikuwa na wivu wakataka kuwa na ukumbi katika kijiji chao pia.

35. Hivyo vijiji vingine pia vilijenga ukumbi.

36. Ndo watu wa kijiji cha pili walijisifu na kusema:

37. "Lakini sisi tulikuwa wa kwanza kujenga ukumbi."

38. Ndo kijiji cha tatu kiliamua kujenga mnara.

38. Mnara ulikuwa mrefu na wa kuvutia.

39. Watu wa vijiji vingine walipouona mnara huo, walikuwa na wivu.

40. Pia na wao wakaanza kujenga mnara katika kila kijiji.

40. Ndo kila kijiji kilijenga mnara mrefu zaidi.

41. Ndo watu wa kijiji cha tatu walijisifu na kusema:

42. "Lakini sisi tulikuwa wa kwanza kujenga mnara."

43. Katika kila kijiji kilikuwa na watu ambao hawakuridhika na mnara wa pamoja.

44. Walijijengea mnara karibu na nyumba zao.

45. Na kila mnara ulioijengwa ulikuwa mrefu kuliko ule uliopita.

46. Na kwa kila mnara uliojengwa, rasilimali za nchi zilipungua.

48. Watu walichimba mawe mengi sana hivi kwamba mabonde makubwa yalitenganisha milima.

49. Kijiji cha kwanza kilikuwa kimetenganishwa a na mito na misitu.

50. Das zweite Dorf war getrennt von den Wäldern und Tälern.

51. Und das dritte Dorf war getrennt von Flüssen und Tälern.

51. So mangelte es dem ersten Dorf an Fisch und Holz.

52. Das zweite Dorf hatte kein Holz und keine Felder.

52. Das dritte Dorf hatte keinen Fisch und keine Felder.

53. Die Probleme in den Dörfern wurde immer größer.

54. Die Machtgier führte zu Konflikten und Spaltungen.

55. Da stritten die Dorfbewohner mit ihren Nachbarn um Holz, Fisch und Nahrung.

56. Da erkannten sie drei Dinge.

57. Mächtige Mauern kann man nicht essen.

58. Ein große Halle liefert keine Nahrung.

59. Und hohe Türme helfen nicht um Feuer zu machen.

60. Da sagten sich die Dorfbewohner:

61. „Lasst uns unsere Türme einreißen.

62. Die Steine wollen wir nutzen um Brücken zu bauen.

63. Wir wollen die anderen Dörfer erreichen und Handel treiben."

64. Da bauten sie Brücken und begannen Handel zu treiben.

65. Und mit dem Handel entstand Begegnung und aus Begegnung wurde Freundschaft und eine neue Einheit zwischen den Menschen.

66. Sie erkannten, dass sie alle Menschen der Berge waren.

50. Kijiji cha pili kilikuwa kimetenganishwa na misitu na mabonde.

51. Na kijiji cha tatu kilikuwa kimetenganishwa na mito na mabonde.

51. Kwa hivyo, kijiji cha kwanza kilikosa samaki wala mbao.

52. Kijiji cha pili hakikuwa na mbao wala mashamba.

52. Kijiji cha tatu hakikuwa na samaki wala mashamba.

53. Shida katika vijiji zilizidi kuwa kubwa.

54. Tamaa ya madaraka ilisababisha migogoro na mgawanyiko.

55. Watu wa vijiji waligombana na majirani zao juu ya mbao, samaki, na chakula.

56. Ndo waligundua mambo matatu.

57. Ukuta wenye nguvu hauwezi kuliwa.

58. Ukumbi mkubwa hauleti chakula.

59. Na minara mirefu haisaidii kuwasha moto.

60. Ndo wanakijiji wakasema:

61. "Hebu tuangushe minara yetu.

62. Tutumie mawe kujenga madaraja.

63. Tufkie vijiji vingine na tufanye biashara."

64. Ndo wakajenga madaraja na kuanza kufanya biashara.

65. Na biashara ikaleta kukutana, na kukutana kukazaliwa urafiki, na kutoka kwa urafiki ikawa umoja upya baina ya watu.

66. Walitambua kwamba wote ni watu wa milimani.

Wie der Wald den Berg besiegen wollte

1. Es war einmal ein kleiner Berg.

2. Der kleine Berg grenze an einen großen Wald.

3. Lange Zeit lebten der Wald und der Berg friedlich nebeneinander.

4. Aber ihre Beziehung war nicht immer einfach.

5. Der Wald war stolz, denn er bestand aus vielen Bäumen.

6. Der Berg war klein, aber hoch.

7. So konnte er weit sehen.

8. Obwohl sie unterschiedlich waren, hatten sie Gemeinsamkeiten.

9. Beide waren wunderschön.

10. Beide waren erfolgreich.

11. Der Wald war immer weiter gewachsen.

12. Er war immer größer geworden.

13. Der Berg war auch immer weiter gewachsen.

14. Er war immer höher geworden.

15. Wald und Berg waren beide daran gewöhnt zu gewinnen.

16. Eines Tages beschloss der Wald, dass er auch auf dem Berg wachsen wollte.

17. Der Berg aber wollte frei von Bäumen bleiben.

18. Er wollte weiterhin weit sehen können.

19. Da schickte der Wald mit dem Wind viele Samen.

20. Die Samen sollten auf dem Berg wachsen.

21. Doch der Berg wehrte sich.

22. Er trotzte den Samen.

23. Er ließ die Samen auf dem Stein keine Wurzeln schlagen.

24. So begann ein langer Kampf zwischen dem Berg und dem Wald.

Jinsi msitu ulitaka kushinda mlima

1. Hapo zamani za kale kulikuwa na mlima mdogo.

2. Mlima mdogo ulikuwa mpakani na msitu mkubwa.

3. Kwa muda mrefu, msitu na mlima iliishi kwa amani karibukaribu.

4. Lakini uhusiano wao haukuwa rahisi siku zote.

5. Msitu ulikuwa na kiburi kwa sababu ulikuwa na miti mingi.

6. Mlima ulikuwa mdogo, lakini mrefu.

7. Hivyo, ulikuwa na uwezo wa kuona mbali.

8. Ingawa ilikuwa tofauti, ilikuwa na mambo yanayofanana.

9. Yote ilikuwa mizuri sana.

10. Yote ialikuwa na mafanikio.

11. Msitu ulikuwa ukiota daima.

12. Ulizidi kuwa mkubwa daima.

13. Mlima pia ulikuwa ukikua daima.

14. Ulizidi kuwa mrefu daima.

15. Msitu na mlima ilikuwa imezoea kushinda.

16. Siku moja, msitu uliamua kuwa ungependa kuota juu ya mlima pia.

17. Lakini mlima ulitaka kubaki huru yaani bila miti.

18. Ulikuwa unataka kuendelea kuona mbali.

19. Ndo msitu ulituma mbegu nyingi kupitia upepo.

20. Mbegu hizo zilipaswa kuota mlimani.

21. Lakini mlima ulijitetea.

22. Uliwapinga mbegu hizo.

23. Hukuwaruhusu mbegu hizo kuota kwenye mwamba.

24. Hivyo, vita ndefu kati ya mlima na msitu vikaanza.

25. Mehr und mehr Samen schickte der Wald auf den Berg.

26. Der Berg erkannte, dass er alleine nicht stark genug war.

27. Er konnte allein nicht gegen den mächtigen Wald ankommen.

28. Also bat er die anderen Berge um Hilfe.

29. Gemeinsam bildeten sie eine starke Allianz.

30. Die Berge streckten sich in die Höhe.

31. Sie stoppten einige Wolken auf ihrem Weg zum Wald.

32. So regnete es weniger über dem Wald.

33. Von Tag zu Tag wurde der Wald durstiger.

34. Viele Bäume vertrockneten.

35. Doch der Wald wollte nicht aufgeben.

36. Wir sind viele Bäume, dachte der Wald.

37. So vergingen viele Jahre.

38. Der Wald wurde krank.

39. Mehr und mehr Bäume wurden schwach und verdursteten.

40. Und auch dem Berg ging es schlecht.

41. Auch ihn erreichte kaum noch Regen.

42. Er trocknete aus.

43. Der Wind begann Sandkorn um Sandkorn abzutragen.

44. Durch die große Hitze konnte er nicht mehr in die Ferne schauen.

45. Doch weder der Wald noch der Berg wollte besiegt werden.

46. Beide waren daran gewöhnt zu gewinnen.

47. Viele Tiere des Waldes wurden unruhig.

48. Sie waren wütend auf den Wald.

49. Er war nicht mehr so schön wie früher.

50. Das Futter wurde langsam immer weniger.

25. Msitu ulituma mbegu nyingi zaidi mlimani.

26. Mlima uligundua kuwa peke yake haukuwa na nguvu za kutosha.

27. Haukuweza kupambana peke yake na msitu wenye nguvu.

28. Hivyo, aliomba msaada kutoka kwa milima mingine.

29. Pamoja, waliunda muungano imara.

30. Milima ilijitokeza juu.

31. Walizuia baadhi ya mawingu kwenye njia yao kwenda msituni.

32. Hivyo, mvua ilipungua msituni.

33. Siku baada ya siku, msitu ulizidi kuwa na kiu zaidi.

34. Miti mingi ilikauka.

35. Lakini msitu haukuwa tayari kukata tamaa.

36. Sisi ni miti mingi, msitu ulifikiri.

37. Hivyo, miaka mingi ilipita.

38. Msitu ulipatwa na ugonjwa.

39. Miti mingi ilikuwa dhaibu na kukauka.

40. Na mlima pia ulikuwa katika hali mbaya.

41. Hata yeye hakupata mvua tena.

42. Aliyeyuka.

43. Upepo ulianza kuchukua chembechembe za mchanga.

44. Kwa sababu ya joto kali, haukuweza kuona mbali tena.

45. Lakini wala msitu wala mlima haikutaka kushindwa.

46. Yote miwili imezoea kushinda.

47. Wanyama wengi wa msituni walikuwa na wasiwasi.

48. Walikuwa na hasira kwa msitu.

49. Haukuwa mzuri kama zamani.

50. Chakula kilpungua taratibu.

51. Und in den Flüssen wurde das Wasser langsam immer weniger.

52. Denn es kam kaum noch Wasser aus den Bergen in die Täler.

53. Da riefen die Tiere zu einer Versammlung.

54. Sie wollten, dass der Berg und der Wald ihren Konflikt beendeten.

55. Sie zeigten dem Wald und dem Berg, wie wichtig beide auf ihre Art waren.

56. Der Wald bot den Tieren Futter und ein Zuhause.

57. Der Berg fing die Wolken ein.

58. So regnete es.

59. Damit versorgte der Berg den Wald mit Regen, so dass er nicht durstig sein musste.

60. Wald und Berg erkannten, dass jeder von ihnen einzigartige Aufgaben hatte.

61. Da sagten die Tiere zu Berg und Wald:

62. „Beendet euren Konflikt um uns zu helfen."

63. Da konnte der Wald sein Gesicht wahren.

64. Er sagt zu den Bergen und Tieren:

65 „Ihr Tiere braucht uns beide.

66. Ihr braucht mich, den Wald und ihr braucht den Berg.

67. So lasst uns, jeder auf seine Art, für Euch sorgen."

68. Da stimmte der Berg dem Wald zu.

69. So stoppte der Wald sein Vorhaben auf dem Berg zu wachsen.

70. Und die Berge erlaubten dem Regen wieder den Wald zu erreichen.

71. So hatten es Tiere geschafft den Berg und den Wald zu versöhnen und durch List und Kompromiss Frieden und Harmonie zurückzubringen.

51. Na mitoni maji yalipungua taratibu.

52. Kwa sababu maji hayakutiririka kutoka milimani hadi mabonde.

53. Ndipo wanyama walipoitisha mkutano.

54. Walitaka mlima na msitu imalize mzozo yao.

55. Walionyesha msitu na mlima jinsi kila mmoja uilivyokuwa muhimu kwa njia yake.

56. Msitu uliwapa wanyama chakula na makazi.

57. Mlima ulikamata mawingu.

58. Hivyo mvua ilinyesha.

59. Hivyo mlima ulimpa msitu mvua, ili usiwe na kiu.

60. Msitu na mlima ilitambua kuwa kila mmoja wao ulikuwa na majukumu ya kipekee.

61. Ndipo wanyama walisema kwa mlima na msitu:

62. "Malizeni mzozo wenu ili kutusaidia."

63. Ndipo msitu uliweza kuhifadhi heshima yake.

64. Aliwaambia milima, na wanyama:

65. "Eti wanyama, mnahitaji sisi sote.

66. Mnahitaji mimi, msitu, na mnahitaji mlima.

67. Basi kila mmoja wetu atawatunza kwa njia yake."

68. Ndipo mlima ulikubaliana na msitu.

69. Hivyo msitu ulisitisha nia yake ya kuota mlimani pia.

70. Na milima iliruhusu mvua kufika msituni tena.

71. Hivyo wanyama walifanikiwa kupatanisha mlima na msitu na kupitia hila na makubaliano kurekebisha amani na umoja.

Die Geschichte der süßen Früchte

1. Es war einmal ein Mädchen namens Upendo.

2. Es lebte in einem kleinen Dorf.

3. Eines Tages war Upendo groß genug um allein in den Wald zu gehen.

4. So ging sie allein in den Wald um diesen zu erkunden.

5. Der Wald war voller wunderschöner Blumen.

6. Außerdem gab es viele leckere Früchte.

7. Doch der Wald hatte auch eine dunkle Seite.

8. Tief im Wald lebte eine Eule namens Nia.

9. Nia war ein Meister der Verführung.

10. Sie überredete die Tiere des Waldes dazu, zu tun was sie wollte.

11. Jedes mal versprach er einem Tier:

12. „Du kannst alles bekommen, was Du willst, wenn Du nur auf mich hörst."

13. Eines Tages traf Upendo auf Nia.

14. Upendo war fasziniert von Nias Versprechen.

15. Nia sagte ihr:

16. Du kannst all die köstlichen Früchte essen.

17. Du musst mir nur gehorchen."

18. Da freute sich Upendo.

19. Jedes mal wenn sie in den Wald kam, begann Upendo den Anweisungen der Eule zu folgen.

20. Zuerst war es aufregend für Upendo.

21. Sie konnte all die Früchte essen, die sie wollte.

22. Aber nach kurzer Zeit merkte sie etwas.

Hadithi ya matunda matamu

1. Hapo zamani za kale kulikuwa na msichana aliyeitwa Upendo.

2. Aliishi katika kijiji kidogo.

3. Siku moja, Upendo alikuwa mkubwa vya kutosha kwenda msituni peke yake.

4. Hivyo akaenda peke yake msituni kuuchunguza.

5. Msitu ulikuwa umejaa maua mazuri sana.

6. Pia kulikuwa na matunda mengi matamu.

7. Lakini msitu ulikuwa na upande wa giza pia.

8. Ndani kabisa ya msitu kulikuwa na bundi mmoja aliyeitwa Nia.

9. Nia alikuwa bingwa wa kudanganya.

10. Aliwashawishi wanyama wa msituni kufanya kila alichotaka.

11. Kila mara alimwahidi mnyama:

12. "Unaweza kupata kila unachotaka ikiwa tu utanisikiliza."

13. Siku moja, Upendo alikutana na Nia.

14. Upendo alivutiwa na ahadi yake Nia.

15. Nia alimwambia:

16. "Unaweza kula matunda haya matamu yote.

17. Lazima ufuate amri zangu tu."

18. Upendo alifurahi.

19. Kila mara alipokuja msituni, Upendo alianza kufuata maagizo ya bundi.

20. Mwanzo, ilikuwa ya kusisimua kwa Upendo.

21. Aliweza kula matunda yote aliyotaka.

22. Lakini baada ya muda mfupi aligundua kitu.

23. Sie wollte immer mehr essen.

24. Sie war nie zufrieden.

25. Immer häufiger kam sie in den Wald um Früchte zu essen.

26. Sie wollte mehr und mehr und war nie zufrieden.

27. Sie besuchte ihre Freunde im Dorf immer seltener.

28. Sie war weniger fleißig in der Schule.

29. Ihre Arbeit im Dorf erledigte sie schlecht.

30. Denn zu jeder Zeit dachte sie nur noch an die Früchte im Wald.

31. Eines Tages traf Upendo auf eine weise Schildkröte.

32. Die Schildkröte hieß Stahamili.

33. Stahamili erkannte, dass Upendo in Nias Falle getappt war.

34. Stahamili wollte Upendo helfen.

35. Sie erzählte ihr von einem geheimen Garten.

36. Der Garten war noch schöner als der Wald.

37. In diesem Garten gab es auch Früchte.

38. Sie waren noch köstlicher als die von Nia.

39. Upendo war neugierig.

40. Sie folgte Stahamili zum geheimen Garten.

41. Im Garten sah sie ebenfalls schöne Blumen.

42. Im Garten sah sie ebenfalls viele Früchte.

43. Die Früchte waren sehr verlockend.

44. Stahamili lud sie ein von diesen Früchten zu essen.

45. Aber sie sagte ihr auch:

46. „Von den Früchten darfst Du nur wenige nehmen.

47. Jeden Tag kannst Du nur ein paar essen.

48. So bleibst Du gesund."

23. Alitaka kula zaidi na zaidi.

24. Kamwe hakuwa na kuridhika.

25. Tendo la kuingia msituni kwa kula matunda liliongezeka.

26. Alitaka zaidi na zaidi na kamwe hakuwa na kuridhika.

27. Aliwatembelea marafiki zake kijijini mara chache sana.

28. Alikuwa mzembe shuleni.

29. Kazi yake kijijini alitimia vibaya.

30. Kwa sababu wakati wote alfikiria tu kuhusu matunda msituni.

31. Siku moja, Upendo alikutana na kobe mwenye hekima.

32. Kobe huyo aliitwa Stahamili.

33. Stahamili aligundua kuwa Upendo alinaswa katika mtego wa Nia.

34. Stahamili alitaka kumsaidia Upendo.

35. Alimwambia kuhusu bustani ya siri.

36. Bustani hiyo ilikuwa nzuri kuliko msitu.

37. Katika bustani hiyo pia kulikuwa na matunda.

38. Yalikuwa tamu zaidi kuliko ya Nia.

39. Upendo alikuwa na hamu ya kujua.

40. Alikwenda na Stahamili kwenye bustani ya siri.

41. Bustanini humo aliona maua mazuri pia.

42. Bustani humo aliona matunda mengi pia.

43. Matunda yalikuwa ya kuvutia sana.

44. Stahamili alimwalika kula matunda hayo.

45. Lakini pia alimwambia:

46. "Unaweza kuchukua matunda machache tu.

47. Kila siku unaweza kula chache tu.

48. Hivyo utabaki na afya njema."

49. Upendo ging nun jeden Tag in den Garten.

50. Jeden Tag aß sie von den Früchten.

51. Am Anfang aß sie sehr viele Früchte.

52. Da merkte sie etwas.

53. Umso weniger Früchte sie aß, umso süßer schmeckten sie.

54. So aß Upendo weniger Früchte.

55. Diese wenigen Früchte schmeckten ihr viel mehr.

56. Upendo lernte, dass Disziplin wichtig war.

57. Sie erkannte, dass sie nicht jedem Verlangen nachgeben konnte.

58. Es war gut ihre Bedürfnisse in Maßen zu erfüllen.

59. Sie aß weniger Früchte und sie schmeckten besser.

60. Weil sie nur wenige Früchte aß, war sie nur kurz im Garten.

61. Sie hatte mehr Zeit um ihre Freunde zu treffen.

62. Sie hatte mehr Zeit um für die Schule fleißig zu lernen.

63. Sie hatte mehr Zeit um ihre Arbeit im Dorf gründlich zu erledigen.

64. In den Wald ging Upendo nur noch selten.

65. Dort traf Upendo Nia.

66. Nia versprach ihr weiterhin viele Früchte.

67. Aber Upendo konnte Nia widerstehen.

68. Sie brauchte Nias Früchte nicht mehr.

69. Sie hatte gelernt, dass es Verlockungen gab.

70. Verlockungen können verführerisch sein.

71. Aber Disziplin hilft, ein glückliches und erfülltes Leben zu führen.

72. Was Upendo gelernt hatte teilte sie mit anderen.

73. So half Upendo vielen und sorgte für Frieden und Glück im Wald und Dorf.

49. Upendo alianza kwenda bustanini kila siku.

50. Kila siku alikula ya matunda hayo.

51. Mwanzoni alikula matunda mengi sana.

52. Lakini aligundua kitu fulani.

53. Kadri alivyokula matunda kidogo, ndivyo yalivyokuwa tamu zaidi.

54. Hivyo Upendo akaanza kula matunda machache.

55. Matunda machache haya yalikuwa yenye ladha tamu zaidi kwake.

56. Upendo alijifunza kuwa nidhamu ni muhimu.

57. Alikubali kwamba hawezi kuridhisha kila tamaa.

58. Ilikuwa vyema kutimiza mahitaji yake kwa kiasi.

59. Alikula matunda machache zaidi na yakawa yenye ladha bora.

60. Kwa sababu alikula matunda machache tu, alikuwa bustanini kwa muda mfupi tu.

61. Alikuwa na muda zaidi wa kukutana na marafiki zake.

62. Alikuwa na muda zaidi wa kusoma kwa bidii kwa ajili ya shule.

63. Alikuwa na muda zaidi wa kufanya kazi yake kijijini kwa umakini.

64. Upendo alikwenda msituni mara chache tu.

65. Huko alikutana na Nia.

66. Nia aliendelea kuahidi kumpa matunda mengi zaidi.

67. Lakini Upendo alikataa Nia.

68. Hakuwa na haja tena ya matunda ya Nia.

69. Alikuwa amejifunza kuwa kuna vishawishi.

70. Vishawishi vinaweza kuwa vya kuvutia.

71. Lakini nidhamu husaidia kuishi maisha yenye furaha na kuridhika.

72. Upendo alishiriki yale aliyojifunza na wengine.

73. Hivyo Upendo aliwasaidia wengi na kuleta amani na furaha katika msitu na kijiji.

Der Kampf gegen den Regen

1. Es war einmal ein kleiner Wald.

2. In dem Wald lebten viele Tiere.

3. Eines Tages kam ein großer Sturm auf.

4. Es regnete für viele lange Zeit, Tag und Nacht.

5. Der Fluss, der den Wald umgab, begann über die Ufer zu treten.

6. Die Tiere waren in großer Gefahr.

7. Das Wasser stieg immer höher.

8. Die Eule, die klug und schnell war, hatte eine Idee.

9. Sie flog zu den Termiten und sagte:

10. "Liebe Termiten, ihr esst Holz und könnt gut bauen.

11. Könnt ihr uns helfen, einige Bäume zu fällen?

12. Dann können wir eine Mauer bauen und das Wasser abhalten."

13. Die Termiten halfen gerne anderen.

14. Sie stimmte zu.

15. Gemeinsam begannen sie, Bäume zu fällen.

16. Da flog die Eule zu den Elefanten.

17. Sie fragte die Elefanten:

18. „Liebe Elefanten, Ihr seid groß und stark.

19. Könnt ihr die Bäume nehmen und zum Fluss tragen?

20. Dann können wir eine Mauer bauen und das Wasser abhalten."

21. Da stimmten die Elefanten zu.

22. Sie sammelten die Holzstämme und bauten eine Mauer.

23. Die anderen Tiere sahen, wie Eule, Termiten und Elefanten zusammenarbeiteten.

24. Sie beschlossen, ihnen zu helfen.

Mapambano dhidi ya mvua

1. Hapo zamani za kale kulikuwa na msitu mdogo.

2. Ndani ya msitu huo waliishi wanyama wengi.

3. Siku moja ilitoka dhoruba kubwa.

4. Ilinyesha kwa muda mrefu sana, mchana na usiku.

5. Mto uliokuwa unazunguka msitu ulianza kufurika.

6. Wanyama walikuwa katika hatari kubwa.

7. Maji yalizidi kupaa.

8. Bundi, ambaye alikuwa mwerevu na mwepesi, alikuwa na wazo.

9. Alienda kwa mchwa na akasema:

10. "Wapendwa funza, mnakula mbao na mnajua kujenga vizuri.

11. Je, mnaweza kutusaidia kukata miti kadhaa?

12. Kisha tunaweza kujenga ukuta na kuzuia maji."

13. Mchwa walifurahi kusaidia wengine.

14. Walikubali.

15. Pamoja walianza kukata miti.

16. Kisha bundi akaenda kwa tembo.

17. Aliwauliza tembo:

18. "Wapendwa tembo, ninyi ni wakubwa na wenye nguvu.

19. Je, mnaweza kuchukua miti na kuibeba mtoni?

20. Kisha tunaweza kujenga ukuta na kuzuia maji."

21. Tembo walikubali.

22. Walikusanya magogo na kujenga ukuta.

23. Wanyama wengine waliona jinsi bundi, funza, na tembo walivyofanya kazi pamoja.

24. Waliamua kuwasaidia.

25. Die Hasen, die schnell und geschickt waren, buddelten tiefe Gräben.

26. So konnten sie das Wasser abzuleiten.

27. Die Mäuse, die klein und fleißig waren, sammelten trockenes Gras.

28. Es half viel Wasser zu sammeln.

29. Die Nilpferde, die schwer waren, gruben tiefe Löcher.

30. In den Löchern konnte viel Wasser gesammelt werden.

31. Die kleinen Käfer die klein waren und geschickt fliegen konnten, sammelten Regentropfen.

32. So transportierten sie viele Regentropfen an den Waldrand.

33. Die Geier, die weit fliegen konnten, flogen hoch in den Himmel.

34. Sie suchten nach weiteren Gefahren.

35. Jedes Tier trug zum Schutz des Waldes bei.

36. Sie arbeiteten zusammen, ohne viele Worte zu verlieren.

37. Sie vertrauten einander.

38. Sie wussten, dass sie nur gemeinsam ihr Ziel erreichen konnten.

39. Der Sturm tobte weiter.

40. Aber die Tiere gaben nicht auf.

41. Sie kämpften gegen das Wasser an und hielten zusammen.

42. So gelang es ihnen, den Wald vor der Flut zu retten.

43. Nach dem Sturm, feierten die Tiere ihren Erfolg.

44. Jedes Tier hatte seine eigene Stärke eingebracht.

45. So hatten sie gemeinsam Großes vollbracht.

46. Von diesem Tag an lebten die Tiere im Wald in Frieden.

47. Sie wussten, dass sie sich aufeinander verlassen konnten.

48. Gemeinsam konnten sie jede Herausforderung meistern.

25. Sungura, ambao walikuwa wepesi na hodari, walichimba mifereji mikubwa.

26. Hivyo walikuwa wanaweza kuelekeza maji.

27. Panya, ambao walikuwa wadogo na wenye bidii, walikusanya nyasi iliyokauka.

28. Ilisaidia kusanya maji mengi.

29. Kiboko, waliokuwa wazito, walichimba mashimo makubwa.

30. Maji mengi yalikusanywa katika mashimo hayo.

31. Funza wadogo, ambao walikuwa wadogo na wataalmu wa kuruka, walikusanya matone ya mvua.

32. Hivyo walibeba matone mengi ya mvua hadi ukingoni wa msitu.

33. Tai, walioweza kuruka mbali, waliruka juu angani.

34. Walitafuta hatari nyingine.

35. Kila mnyama alitoa mchango wake katika kulinda msitu.

36. Walifanya kazi pamoja bila kusema maneno mengi.

37. Walikuwa na imani kwa wenzao.

38. Walijua kuwa wangeweza kufikia lengo lao tu kwa pamoja.

39. Dhoruba iliendelea.

40. Lakini wanyama hawakukata tamaa.

41. Walipambana na maji na kushikamana.

42. Hivyo walifanikiwa kulinda msitu kutokana na mafuriko.

43. Baada ya dhoruba, wanyama walisherehekea mafanikio yao.

44. Kila mnyama alichangia nguvu yake.

45. Hivyo, walifanikiwa pamoja kwa mambo makubwa.

46. Tangu siku hiyo, wanyama waliishi kwa amani msituni.

47. Walijua wanaweza kutegemeana.

48. Pamoja, wannaweza kushinda changamoto yoyote.

Der Hase der den Wald durchquerte

1. Es war einmal ein kleiner Hase.

2. Der Hase lebte in einem wunderschönen Wald

3. Er war sehr schüchtern und ängstlich.

4. Er hatte immer Angst, neue Dinge auszuprobieren.

5. Er hatte auch Angst etwas alleine zu tun.

6. Eines Tages hörte der Hase von einem großen Karottenfeld.

7. Das Feld lag auf der anderen Seite des Waldes.

8. Die Karotten dort waren groß und lecker.

9. Der Hase wollte sie unbedingt probieren.

10. Aber er kannte den Weg dorthin nicht.

11. Der Hase hatte große Angst.

12. Da ging er zum Elefanten.

13. Er fragte den Elefanten:

14. „Begleitest Du mich bis zum andern Ende des Waldes?

15. Dort gibt es große Karotten."

16. Da antwortete ihm der Elefant:

17. „Ich bin ein Elefant.

18. Karotten esse ich nicht.

19. Karotten sind viel zu klein und ich werden nicht satt."

20. Traurig verabschiedete sich der Hase vom ihm.

21. Da ging der Hase zu den Termiten.

22. Er fragte die Termiten:

23. „Begleitet ihr mich bis zum anderen Ende des Waldes?

24. Dort gibt es leckere Karotten."

25. Da antworteten ihm die Termiten:

Sungura aliyepitia msituni

1. Hapo zamani za kale kulikuwa na sungura mdogo.

2. Sungura aliishi katika msitu mzuri sana.

3. Alikuwa mwenye aibu na mwenye hofu sana.

4. Alikuwa na hofu daima ya kujaribu vitu vipya.

5. Alikuwa na hofu pia ya kufanya vitu peke yake.

6. Siku moja, sungura alisikia kuhusu shamba kubwa la karoti.

7. Shamba hilo lilikuwa upande mwingine wa msitu.

8. Karoti zilikuwa kubwa na tamu sana huko.

9. Sungura alitamani sana kuzionja.

10. Lakini hakujua njia ya kufika huko.

11. Sungura alikuwa na hofu sana.

12. Ndo akaenda kwa tembo.

13. Akamwuliza tembo:

14. "Je, utanisindikiza hadi upande mwingine wa msitu?

15. Huko kuna karoti kubwa."

16. Ndo tembo akamjibu:

17. "Mimi ni tembo.

18. Sili karoti.

19. Karoti ni ndogo sana na sitashiba."

20. Kwa masikitiko sungura alimwaga.

21. Kisha sungura akaenda kwa mchwa.

22. Akawauliza mchwa:

23. "Je, mtanisindikiza hadi upande mwingine wa msitu?

24. Huko kuna karoti tamu."

25. Mchwa wakamjibu:

26. „Wir sind Termiten.

27. Karotten essen wir nicht.

28. Karotten sind viel zu weich und wir werden nicht satt."

29. Traurig verabschiedete sich der Hase von ihnen .

30. Doch dann traf er auf den weisen alten Fuchs.

31. Der Fuchs sagte ihm:

32. "Hase, manchmal müssen wir tapfer sein.

33. Wir müssen unsere Ängste überwinden.

34. So können wir unsere Träume verwirklichen.

35. Du kannst es auch allein zum anderen Ende des Waldes schaffen.

36. Du musst nur an dich glauben."

37. Da antwortete der Hase.

38. „Für Dich Fuchs ist das einfach zu sagen.

39. Du bist groß und gefährlich.

40. Ich aber bin ein kleiner Hase.

41. Ich habe Angst und der Wald ist gefährlich."

42. Da machte ihm der Fuchs Mut und sagte:

43. „Angst ist ein hilfreiches Gefühl.

44. Angst warnt uns vor Gefahr.

45. Aber Angst ist weder ein guter Kompass noch guter Ratgeber.

46. Angst sollte nicht unsere Richtung bestimmen.

47. Sie sollte uns nicht vom unserem Weg abbringen.

48. Nutze Deine Angst um vorsichtig zu sein!

49. Mach nur kleine Schritte!

50. Mach kleine Schritte und erkunde wo sie dich hintragen!"

51. Der Hase danke dem Fuchs für seine Worte.

26. "Sisi ni mchwa.

27. Hatuli karoti.

28. Karoti ni laini sana na hatutashiba."

29. Kwa masikitiko sungura aliwaaga.

30. Kisha lakini akakutana na mbweha mzee mwenye hekima.

31. Mbweha akamwambia:

32. "Sungura, mara nyingine tunahitaji kuwa shujaa.

33. Inatubidi tushinde hofu zetu.

34. Hivyo tunaweza kutimiza ndoto zetu.

35. Unaweza kufika upande mwingine wa msitu peke yako pia.

36. Lazima ujiamini tu."

37. Ndo sungura akajibu:

38. "Kwako wewe mbweha, ni rahisi kusema hivyo.

39. Wewe ni mkubwa na hatari.

40. Lakini mimi ni sungura mdogo.

41. Nina hofu na msituni kuna hatari."

42. Ndo mbweha akamtiwa moyo na kusema:

43. "Hofu ni hisia inyaosaidia.

44. Hofu inatuonya kuhusu hatari.

45. Lakini hofu si dira nzuri wala mshauri mzuri.

46. Haipaswi kuamua mwelekeo wetu kufuata hofu.

47. Haipaswi itutote kwenye mstari wetu.

48. Tumia hofu yako kwa kuwa mwangalifu!

49. Fanya hatua ndogo tu!

50. Fanya hatua ndogo na chunguza zitakavyokupeleka."

51. Sungura alimshukuru mbweha kwa maneno yake.

52. Er schloss diese Worte in sein Herz.

53. Diese Worte machten ihm Mut.

54. Er beschloss alleine die andere Seite des Waldes zu erreichen.

55. Mit jedem Schritt wurde er ein bisschen mutiger.

56. Auf seiner Reise traf der Hase auf viele Hindernisse.

57. Am Abend ging die Sonne unter.

58. Die Bäume warfen große Schatten.

59. Sie waren sehr dunkel.

60. Wie sollte er jene dunklen Schatten durchqueren?

61. Er tat einen ersten Schritt.

62. Da erkannte er, dass die Schatten ihm nichts antuen konnten.

63. So reiste er weiter.

64. Dann erreichte er einen Fluss.

65. Der Fluss war sehr breit.

66. Wie sollte er das andere Ufer erreichen?

67. Da tat er seinen ersten Schritt.

68. Da erkannte der Hase, dass der Fluss gar nicht tief war.

69. So überquerte er den Fluss.

70. Dann erreichte der Hase einen Berg.

71. Der Berg war sehr hoch.

72. Wie sollte er diesen hohen Berg überqueren.

73. Da tat er seinen ersten Schritt.

74. Da erkannte er, dass die Bergspitze schon viel näher war.

75. So überquerte er den Berg.

76. So traf er auf viele Hindernisse.

52. Alihifadhi maneno hayo moyoni mwake.

53. Maneno hayo yalimpa moyo.

54. Aliamua kufika upande mwingine wa msitu peke yake.

55. Kila hatua iliongeza ujasiri wake kidogo.

56. Katika safari yake, sungura alikutana na vikwazo vingi.

57. Jioni jua likazama.

58. Miti ilipata vivuli vikubwa.

59. Vilikuwa vyenye giza sana.

60. Angepitaje vivuli vile vyenye giza?

61. Alienda hatua ya kwanza.

62. Ndipo aligundua kuwa vivuli havikuweza kumdhuru.

63. Hivyo akaendelea na safari yake.

64. Kisha akafika mtoni.

65. Mto ulikuwa mpana sana.

66. Angefikaje ufukwe mwingine wa mto?

67. Ndo alifanya hatua yake ya kwanza.

68. Ndo sungura aligundua kuwa mto haukuwa na kina kirefu.

69. Hivyo akavuka mtoni.

70. Kisha sungura akafika mlimani.

71. Mlima ulikuwa mrefu sana.

72. Angevukaje mlima huu mrefu?

73. Ndo alifanya hatua yake ya kwanza.

74. Ndo aligundua kuwa kilele cha mlima kilikuwa karibu zaidi.

75. Hivyo akavuka mlima.

76. Hivyo alikutana na vikwazo vingi.

77. Viele Mal dachte er, er könne nicht weitermachen.

78. Dann erinnerte er sich an den Rat des Fuchses.

79. Er fand den Mut, weiterzumachen und tat einen ersten Schritt.

80. Endlich erreichte der Hase das andere Ende des Waldes.

81. Dort lag das Karottenfeld.

82. Die Karotten waren noch größer als er es sich vorgestellt hatte.

83. Und sie schmeckten noch besser als er sich vorgestellt hatte.

84. Der Hase war sehr stolz auf sich selbst.

85. Er hatte seine Ängste überwunden und sein Ziel erreicht.

86. So ruhte er einige Tage am Karottenfeld aus.

87. Er aß so viele Karotten bis er satt war.

88. Er war denjenigen dankbar die die Karotten angebaut hatten.

89. Wenig später kehrte er zurück an das andere Ende des Waldes.

90. Er erzählte allen Tieren von seinen Abenteuern.

91. Sie waren beeindruckt von seinem Mut.

92. Einige der anderen Tiere nahmen sich ein Beispiel am Hasen.

93. Auch sie schafften es ihre Ängste zu überwinden und neue Ziele zu erreichen.

94. Der Hase kehrte zum Fuchs zurück.

95. Er dankte dem Fuchs für seinen Rat.

96. Der Fuchs freute sich für den Hasen.

97. Er ermutigte den Hasen, weiterhin neue Dinge auszuprobieren.

98. Von diesem Tag an war der Hase nicht mehr so schüchtern.

99. Er hatte etwas Wichtiges gelernt.

100. Mut kann helfen eigene Träume zu verwirklichen und neue Erfahrungen zu machen.

77. Mara nyingi alidhani hawezi kuendelea.

78. Kisha akakumbuka ushauri wa mbweha.

79. Alikuwa na ujasiri wa kuendelea na akafanya hatua ya kwanza.

80. Hatimaye sungura alifika mwisho mwingine wa msitu.

81. Huko kulikuwa na shamba la karoti.

82. Karoti zilikuwa kubwa kuliko alivyodhani.

83. Na zilikuwa na ladha nzuri kuliko alivyodhani.

84. Sungura alijivunia sana.

85. Alikuwa ameondoa hofu zake na kufikia lengo lake.

86. Hivyo akapumzika kwa siku kadhaa kwenye shamba la karoti.

87. Alikula karoti nyingi mpaka akashiba.

88. Alikuwa na shukrani kwa wale waliokuwa wamepanda karoti hizo.

89. Baadaye kidogo, alirudi mwisho mwingine wa msitu.

90. Aliwaeleza wanyama wote kuhusu majasiri yake.

91. Walishangazwa na ujasiri wake.

92. Baadhi ya wanyama wengine walichukua sungura kama mfano.

93. Pia na wao waliweza kuondoa hofu zao na kufikia malengo mapya.

94. Sungura alirudi kwa mbweha.

95. Alimshukuru mbweha kwa ushauri wake.

96. Mbweha alifurahi kwa ajili ya sungura.

97. Alimhimiza sungura kuendelea kujaribu vitu vipya.

98. Tangu siku hiyo, sungura hakuwa mchovu tena.

99. Alikuwa amejifunza jambo muhimu.

100. Ujasiri unaweza kusaidia kutimiza ndoto zako na kupata uzoefu mpya.

Du hast es geschafft ☺

-

Umefanikiwa ☺